# 201 VIETNAMESE VERBS

# 201 VIETNAMESE VERBS

## COMPOUNDS AND PHRASES
## FOR EVERYDAY USAGE

NGUYEN DINH–HOA, Ph. D.

SOUTHERN ILLINOIS UNIVERSITY AT CARBONDALE

BARRON'S
Educational Series
New York, U.S.A.

*All inquiries should be addressed to:*
Barron's Educational Series, Inc.
250 Wireless Boulevard
Hauppauge, New York 11788


*Library of Congress Catalog Card No. 79-14200*

International Standard Book No. 0-8120-2019-7

**Library of Congress Cataloging in Publication Data**

Nguyễn Dình Hòa, 1924-
  201 Vietnamese verbs.

  Bibliography: p.
  1. Vietnamese language — Verb — Tables, lists,
etc.   I. Title.
PL4373.N43     495.9'22'82421    79-14200
ISBN 0-8120-2019-7

PRINTED IN THE UNITED STATES OF AMERICA

890   510   9876543

*Dedicated to the memory*
*of my father and mother,*
*my first teachers*
*of verbal behavior*

# CONTENTS

# PREFACE

Vietnamese, spoken by approximately 49 million people, is a non-inflected language of Southeast Asia which is said to belong -- together with Muong, its sister language spoken in the midlands -- to the Austroasiatic family, that also includes Mon, a minority language of Burma, and Khmer, spoken in Cambodia (or Kampuchea).

Since the process of conjugation is non-existent within the verb class of Vietnamese, the format of this book differs from that of the others in the series. Under each of the 201 mono-syllabic Vietnamese verb entries , the most useful combinations (compounds and phrases) are given. Whole sentences are often provided to illustrate the grammar of a particular verb phrase containing the entryword.

The 201 entries have been selected -- not without much hesitation -- among those verbs most frequently encountered in my textbooks Speak Vietnamese, Colloquial Vietnamese and Read Vietnamese, and a set of materials on newspaper Vietnamese that I have gathered for classroom use at SIU-Carbondale during the past ten years. Several monolingual dictionaries --all by native scholars--and grammatical studies dealing with the verb and/or verb phrase which I have consulted are listed in the Bibliography following the Introduction, where a description of the verb class is presented.

In the gestation of this pedagogical tool I again owe much to my former and present students, who have taught me immeasurably in their own endeavors in learning Vietnamese language and linguistics.  Thanks are due to Patricia Mỹ-Hương Nguyễn for preparing the camera-ready typescript, to my wife Mít for proofreading, and to my other three children for moral support.

Lam-sơn Nguyễn Đình-Hoà

# INTRODUCTION

This introduction is a descriptive sketch aimed at giving the grammatical characteristics of this important part of speech in Vietnamese and discussing the function of a verb within the predicate (or verb phrase) in its relation to <u>preverbs</u> (which may precede it to mark negation, aspect, tense, degree, frequency, etc.), to <u>postverbs</u> (which may follow it to indicate repetition, direction, degree, result, etc.), and also to <u>nouns</u>, <u>other</u> <u>verbs</u> or <u>embedded</u> <u>sentences</u> which may trail behind.

Indeed, unlike the English verb, whose inflections serve to denote gender, person, number, tense, voice, etc., the verb in Vietnamese manifests syntactic-semantic categories by means of both kinds of lexemes (i.e., monemes): word order being an important syntactic device, either one "morpheme" (or more) or one "semanteme" (or more) may occur before or after the main verb.

## WHAT IS A VIETNAMESE VERB?

Let us begin by defining the verb class in Vietnamese. The verb is a syntactic word which denotes an action, a process, a state or a quality, and which can be preceded by the negative lexeme <u>không</u> "not" or followed by the lexeme <u>rồi</u> "already." Some verbs can also follow one of the imperative markers <u>hãy</u> "do..., be sure to...," <u>đừng</u> or <u>chớ</u> "don't...." The latter distinguish a verb of action (or functive verb) from a verb of state or quality (or stative verb).

(1) Tôi không đi.    "I'm not going."  "I didn't go."

                    "I won't go."

(2) Tôi chưa đi.    "I haven't gone yet."

(3) Tôi đi rồi.    "I already went."

(4) Anh hãy đi đi!    "Go!"

(5) Anh đừng đi!    "Don't go!"

(6) Anh chớ đi!    "Don't go!"

(7) *Anh hãy cao.    "Be tall!"

(An asterisk means that the form is not grammatical.)

Stative verbs (cao "to be tall," tốt "to be good," etc.)
are equivalent to adjectives in English. They typically may
be preceded by a degree marker (rất "very," or hơi, khí, khá
"rather, pretty"), but may not be preceded by the imperative
marker hãy. They are not included in this book, which limits
itself to verbs of action:

(8) Anh ấy rất cao.    "He's very tall."

(9) *Anh ấy rất đi.                ?

TENSE, NUMBER, VOICE, ETC.

We can now proceed to mention other distinctive features
of Vietnamese verbs. One commonplace is the absence of
tense inflection, as shown in the translation of the above
examples: "a sentence refers to the basic time of the
context -- that is the time which has been made clear in the
context up to that point" (Thompson 1965:209). Furthermore,
the form of the verb does not change according to the time
when the action or process takes place:

(10) Năm ngoái tôi (đã) đi Hải-phòng rồi.   "I went to H.

     last year."

(11) Tuần nầy tôi đi Hải-phòng.   "I'm going to H. this week."

(12) Tháng sau tôi (sẽ) đi Hải-phòng.   "I'll go to H. next

     month."

The use of đã "already," sẽ "will," etc. is possible,
but not obligatory.  Nguyễn Kim Thản (1977:178-179) found that
the frequency of these tense markers is lowest in writings
about the natural sciences, slightly higher in the spoken
language and in literary works (6.5 to 8%), rather high in
writings about the social sciences (17 to 20%), and highest in
news stories (30%).

Vietnamese verbs do not indicate person or number, either.

(13) Bố cháu đi Hải-phòng hôm qua rồi.   "My dad went to

     H. yesterday."

(14) Hôm nay tôi đi xem chiếu bóng.   "I'm going to the

     movies today."

(15) Mai mẹ đi Bắc-ninh à?   "So, Mom, you're going to

     B. tomorrow?"

(16) Các ông ấy đi rồi.   "Those gentlemen left today."

(17) Chúng tôi đi hôm nay.   "We're leaving today."

(18) Mai các ông đi à?   "So you gentlemen are leaving

     tomorrow?"

With regard to voice, only the context clarifies the
direction of an action, the feature [+pleasant] or [-pleasant]
serving to trigger the use of a submissive verb -- strictly,

a transitive verb -- such as đượçc "to get, obtain, receive, find" (examples 19 and 20), bị "to suffer, sustain, undergo, contract" (examples 21 and 22).

(19) X. đượçc vàng.    "X. found gold."

(20) X. đượçc (thày giáo) thưởng.    "X. was rewarded (by the teacher)."

(21) X. bị bệnh lao.    "X. has T.B."

(22) X. bị (thày giáo) phạt.    "X. was punished (by the teacher)."

### REDUPLICATIONS

To express repetition or extension, verbs ( and adjectives, too ) can be repeated, and reduplicative forms containing alliteration or rime help the language acquire more vividness since varied patterns of total or partial reduplication serve to emphasize reiteration, intensification, attenuation or even irony.

(23) quen quen    "to know slightly, be slightly acquainted"

(24) cười cười    "to smile lightly, seem to smile;  to keep smiling"

(25) rung rung    "to quiver, move, stir lightly"

(26) rung rinh    "to bob, swing, sway" ( $<$ rung "to shake")

(27) làm lụng    "to work, toil" ( $<$ làm "to work")

(28) ngập ngừng    "to hesitate" ( $<$ ngừng "to stop")

(29) ao ước    "to wish" ( $<$ ước "to wish")

(30) lúng túng    "not to know what to do" ( $<$ túng "hard up")

(31) ky ca ky cóp "to collect bit by bit, hoard" ( $<$ ky cóp $<$ cóp "to gather")

(32) đủng đa đủng đỉnh    "to dilly-dally" ( $<$ đủng đỉnh

"to dawdle, take one's time")

(33) vẽ viếc     "to paint, draw (at all)" ( $<$ vẽ "to draw")

(34) học hiệc     "to study (at all)" ( $<$ học "to study")

There are some reduplications which are unanalyzable in terms of an obvious base followed or preceded by a derived form:

(35) ăn năn     "to repent, be sorry"

(36) cằn nhằn     "to grumble, gripe"

(37) phàn nàn     "to complain"

A coordinate compound (see below) such as nói cười "to speak + to smile" can be reduplicated to yield a four-syllable expression cười cười nói nói "to smile and speak animatedly."

The coverbs đi "to go" and lai "to come" which serve primarily to indicate direction (see below) are used in the following expressions to mark reiteration:

(38) làm đi làm lai     "to do over and over"

(39) viết đi viết lai "to write over and over several times"

(40) dặn đi dặn lai     "to keep repeating one's message"

### COVERBS OF DIRECTION

The category of direction is expressed by means of postverbs or coverbs, that is to say, verbs which occur following the main verb and play a "secondary" role. They are reduced to the status of morphemes by the mere fact of appearing after full verbs: thus, đi (see above) will mean "off, away" when occurring after such a main verb of motion as bay "to fly" or chạy "to run."

(41) bay đi     "to fly off/away"

(42) chạy đi     "to run away"

The pairs đi and lai (already encountered in examples 38-40)

and similar pairs of verbs of motion (lên - xuống "to go up"
and "to go down," ra - vào "to go out" and "to go in," tới -lui
"to move forward" and "to move backward") add the idea of a
to-and-fro movement:

   (43) bay đi bay lại    "to fly back and forth"
   (44) bay lên bay xuống "to fly up and down"
   (45) chạy ra chạy vào  "to run in and out"

Coverbs of direction, themselves full-fledged verbs of
motion, play such an important part in verb phrases that they
deserve some further comments.

The same verb đi discussed above can signal an injunction
or urging (example 4), or express the idea of destruction, eras-
ure, severance, or just wear and tear (bỏ đi "to abandon, leave
out," cửa đi "to saw/cut off, amputate," quên đi "to forget,"
mòn·đi "to wear out"), of a change for the worse (gầy đi "to
become skinny," già đi "to age," nghèo đi "to become poor(er),"
etc.), or of the idea of silence following a period of activity
(im đi "to keep quiet, shut up," bặng đi "(of news) to stop
coming," etc.).

The verb ra, which ordinarily indicates a movement "from
the interior to the exterior, from one state to another, from
a void to existence" (Trần Trọng Kim and others 1943: 148), with
the starting point comparatively less spacious and less well lit
than the area of destination, also denotes growth, expansion,
dismantling, disentanglement or separation (cởi ra "to untie,
take off," tháo ra "to untie, take apart," thả ra "to release,
turn loose," etc.), a spreading process (loang ra "(of color,

stain) to spread," toé ra "to splash," etc.), or a movement from
the mainland to the ocean, from a shore to the water.

Furthermore, within the context of Vietnamese geography, "to
go north" is đi ra Bắc (to go + to exit + north). If a person
starts at Nha-trang, a coastal town in Central Vietnam, and moves
up to Hue, for instance, the phrase denoting his/her travel
plan is đi ra Huế. On the other hand, vào "to enter" is used
when one moves from a given location to another situated further
south: vào Huế "to go (south) to Hue -- from Hanoi, for example,"
vào Sàigòn "to go (south) to Saigon, or Ho Chi-Minh City -- from
Hue, Da-nang, Nha-trang, etc."

The postverb lên "to ascend" denotes an upward motion both
literally or figuratively speaking. The movement may indeed be
toward a higher altitude (gửi lên Buôn Ma Thuột "to send up to
Banmethuot") or a higher official or agency (trình lên Thủ-tướng
"to report to the Premier," gửi lên Bộ "to send up to the Ministry").
Administrative and military echelons and layers of office-holders
even today are clearly defined in the highly status- and hierarchy-
minded Vietnamese society, so the appropriate use of lên, and
of its opposite xuống, is almost automatic.

As shown under their respective head verbs, the directional
postverbs or coverbs further help us identify a verb of action
(functive verb) as opposed to a verb of quality or state (stative
verb): one says đem ra "to bring out," đem vào "to bring in,"
đem lên "to bring up," đem xuống "to bring down," but not *đen
ra, *đen vào, *đen lên or *đen xuống (đen "to be black/dark").
In đen ra, the coverb ra may add not a direction, but the nuance

that the person described has acquired a good suntan:  since
before the sunbathing craze caught on a dark complexion was
not a desirable thing, especially among Vietnamese women, the
coverb đi may be used instead, and the difference between đen ra
and đen đi "to become/look darker" reflects an esthetic attitude
toward health and appearance.

Let us also note the related category of orientation,
which is present in such phrases as cầm lấy "to take hold of,"
ôm lấy "to embrace, hug" (there is a movement toward oneself)
involving the verb lấy "to take" or such a sentence as Để tôi
viết cho. "Let me write it for (you)," in which the word anh
(or ông, bà, cô, etc.) denoting the beneficiary may be omitted,
or Sao lại để nó mắng cho? "Why did you make him scold you
like that?" (There is also a different postverb lấy which
means "(by) oneself, without the help of others.")

COVERBS OF RESULT

In resultative constructions (46) like nghe thấy, the
primary verb (to listen, to look, to sniff, to touch) is helped
by the coverb of result thấy "to perceive":

(46) nghe thấy      "to hear"

     nhìn thấy      "to see"

     ngửi thấy      "to smell"

     sờ thấy        "to feel (by touching)"

(47) tìm thấy       "to find (after looking)"

     kiếm ra        "to find (after searching)"

(48) X. tìm được vàng. "X. found gold." Cf. example 19.

Whereas the postverb được indicates an advantage, its

opposite phải, whose core meaning is "to suffer, be hit," in-
dicates a disadvantage:

(49) X. lấy được cô vợ đẹp.  "X. married a pretty girl."

(50) X. lấy phải cô vợ xấu.  "X. married a homely girl."

The function of mất "to lose" as a coverb of result is
clear from this example:

(51) X. tiêu mất nửa tháng lương.  "X. spent half of his

    monthly salary."

COMPOUNDS

A Vietnamese syntactic word, most often consisting of one
syllable (đi "to go," ăn "to ear," học "to study," nhà "house,
home," chuối "banana," etc.), can also be disyllabic (cảm ơn
"to thank," tranh-đấu "to struggle / struggle," nhân-dân "the
people," lớp học "classroom," châu-chấu "grasshopper," măng-cụt
"mangosteen," xà-phòng "soap," etc.) or even have three syllables
(hợp-pháp-hoá "to legalize," quan-sát-viên "observer," ba-đờ-xuy
"overcoat," etc.)

The one-syllable lexemes (also called semantemes, monemes,
tiếng, từ-tố or ngữ-vị) are combined into compounds, of which
there are several kinds, limiting our discussion to verb forms:

(A)  COORDINATE COMPOUNDS (V - V).  Examples are thương yêu
"to love and to cherish," ăn uống "to eat and drink," mua bán
"to buy and to sell -- to shop," được thua "to win and to lose,
to succeed and to fail."  This type of compound consisting of
two synonyms or antonyms in juxtaposition is called a reversible
compound if either order is possible:  for example, bồng bế or
bế bồng "to carry (a baby) in one's arms," kính trọng or trọng
kính "to respect."

Some synonym compounds may not look as such, because one of the constituents is an archaic word, often unanalyzable to the native speaker, as in the following examples:

lo âu  "to worry"  (âu = lo)

hỏi han "to inquire in order to show concern" (han = hỏi)

sum vầy "to be united (as a family)" (vầy = sum)

Sometimes the members of a verb compound are not verbs themselves, but two nouns (N - N):

rượu chè  "alcohol + tea -- to drink, get drunk"

cờ bạc   "chess + money -- to gamble"

trai gái  "boy + girl -- to flirt, have amorous relations"

chăn chiếu "blanket + sleeping mat -- to live a marital life"

In the spoken language, and chiefly in the interrogative and the negative, rhetorical effects are achieved by inserting với (chẳng/chả) "and" between the two constituents of this type of compound:

Buôn với bán gì cái bà ấy! "How can she be a businesswoman?"
(buôn bán "to buy wholesale + to sell -- to engage in
trade")

Gạo đâu mà nấu với (chả) nướng! "How can I do any cooking
without any rice?" (nấu nướng "to cook + to grill/roast
-- to cook")

The object (see below) of a coordinate compound is also likely to be a collective noun (such as hàng-họ "goods, merchandise" or tiệc-tùng "dinners, banquets") or the indefinite pronoun gì/chi "anything":

Cô ấy chẳng biết buôn-bán hàng-họ gì cả. "She doesn't
know beans about buying and selling."

Mấy ngày nay tôi không nấu-nướng gì cả. "I haven't done
any cooking these past few days."

(B) VERB-NOUN COMPOUNDS (V - N). These compounds can be
subdivided into two groups: those in which the noun is the
object of the head verb, and those in which the noun serves as
a complement to the verb nucleus:

1. cảm ơn   "to feel + favor -- to thank"

   có tiếng "to have + reputation -- to be famous"

   thiệt mạng  "to lose + life -- to die"

   lâm bệnh "to enter + illness -- to fall sick, be taken ill"

2. ăn sáng   "to eat + morning -- to have breakfast"

   đi chân   "to walk/go + foot -- to walk"

   ăn đũa    "to eat + chopstick -- to eat with chopsticks"

   nằm đất    "to lie + ground -- to sleep on the floor"

   ngủ trưa  "to sleep + noontime -- to take a siesta"

   tắm sông   "to bathe + river -- to bathe in the river"

Many compounds in our list are Chinese loanwords: điểm-tâm
"to dot + heart -- (to have a) snack, (have) breakfast," xuất-cảng
"to exit + harbor -- to export," nhập-khẩu "to enter + port --
to import," etc.

Special notice is due certain "solid" compounds, whose idio-
matic meaning cannot be gathered from the meanings of the parts:
contrast đánh tiếng "to strike + noise/rumor/reputation -- to
put out a feeler" and đánh máy "to hit + machine -- to type."
The latter can be expanded into đánh cái máy này "to use this
typewriter," whereas nothing can be inserted between the nuclear
verb and its object in the former: in other words, the integrity
of the lexical compound đánh tiếng cannot be jeopardized.

Such idiomatic collocations often comprise as head verb
a "linking or classificatory verb" (see the section on Verb
Subclasses) such as đâm/hoá/thành "to become," làm "to act as,
function as," như "to be like," or even đánh "to strike, hit"
(comparable to the English verbs become, resemble, etc.):

đi lính    "to go + soldier -- to serve in the army, enlist,
     join the army"

làm khách "to act as + guest -- to be polite, stand on
     ceremony"

ở vú      "to live + nursemaid -- to work as a wet nurse"

đánh bạn   "to strike + friend -- to befriend" (Cf. English
     to strike up a friendship)

đánh đĩ    "to strike + prostitute -- to become/be a whore"

In our corpus such collocations are clearly defined, with
a view to showing how language reflects culture:  for example,
the expression chống gậy, listed under the entry chống "to lean
against," is glossed as "to use a walking stick" and also "(of a
man) to walk (backward) leaning upon a cane behind one's father's
funeral hearse."

(C)  VERB-COMPLEMENT COMPOUNDS (V - V' or V - A).  These
compounds consist of a main verb followed by its complement, which
may be a coverb (V') or an adjective (A):

trông thấy "to look + to perceive -- to see"

ăn no      "to eat + to be satiated -- to eat one's fill"

nhìn lên   "to look + to ascend -- to look up"

ăn sống    "to eat + to be raw -- to eat raw"

mở rộng    "to open + to be wide -- to open wide"

nhấn mạnh  "to press + to be strong -- to stress, emphasize" đả đảo    "to beat + to topple -- Down with ...!"

Likewise in other specialized idioms the postverb adds the notion of intensity or completeness: nghiền "tight" is found only after nhắm "to close (one's eyes)" and hốc "wide open" occurs only with há "to open (one's mouth)." Here stylistics dictates the use of a specific postverb following a given verb (in trói nghiền "to tie up instantly" the inten- sifier nghiền is restricted to its companion verb trói "to tie up (a man)").

Whether the object noun occurs between the main verb and its coverb or following the combination V-V' makes a difference. Contrast, for instance, the sequences V N V' đóng cửa lại "to close the door" and V V' N đóng lại cửa "to close the door again (because the first time it was not done right)" or V N V' để sách lại "to leave the book behind, not to take it" and V V' N để lại sách "to bequeath books (to someone)."

(D)  SUBORDINATE COMPOUNDS (M - V or M - N) merit a brief note inasmuch as the Vietnamese lexicon contains a large number of Chinese loanwords that have retained the word order in the donor language. Most subordinate compounds, often hyphenated in formal texts, are made up of a modifier (M) and a verb or a noun (V/N), both modifier and modified being Chinese-borrowed monemes: bộ-hành "step + to go -- to walk," điện-thoại "electric + conversation -- telephone ;  to telephone, etc.

On the model of such forms as âu-hoá "to europeanize," Việt-hoá, Việt-nam-hoá "to vietnamize," công-nghiệp-hoá "to industrialize," etc. several disciplines have even coined

môi hoá "to labialize," mũi hoá "to nasalize," riêng hoá "(of
common noun) to become a proper noun," ion hoá "to ionize,"
đá ong hoá "to become laterite," etc.

VERB   SUBCLASSES

Although this Introduction is by no means a complete
statement on the verb class in Vietnamese, a classificatory
scheme will be attempted below, merely to suggest that several
subclasses can be discriminated on the basis of both semantic
features and co-occurrence with preverbs, postverbs and objects
(direct, indirect or cognate).

(a)   With regard to relations of transitivity, it is important
first of all to note that the verb-object (V-O) relation in
Vietnamese is very complex.   Take the verb of action ăn "to eat."
Its "object" can mean the goal (ăn cơm "to eat rice") as well
as the instrument (ăn bát nhỏ "to eat in small bowls"), the
place (ăn hiệu "to eat in a restaurant," ăn ngoài "to eat out,"
ăn Đai-La-Thiên "to eat at Dai-La-Thien Restaurant -- a famous
eating place in Cho-lon, Saigon's Chinatown"), or the time (ăn
sáng "to have breakfast," ăn trưa "to have lunch").

(b)   In the case of an "intransitive" verb such as ngồi "to sit"
or ngủ "to sleep," it can take a cognate object, as in ngồi một
lúc "to sit a moment, sit a while," ngủ tám tiếng đồng hồ "to
sleep (for) eight hours," and of course a complement also, as in
ngồi xổm "to squat," ngủ ngồi "to sleep while sitting."

(c)   Verbs of existence, appearance and disappearance are best
interpreted as "intransitive":

Gạo có không?   "Does some rice exist? -- Is there any rice?"

Gạo còn không?   "Is there some rice left?"

xxii

Gạo hết rồi.    "The rice is all gone."

In the first example, "the subject has existence predicated
of itself" (Emeneau 1951:65). This core meaning is even clearer
when the verb precedes the noun in a "subjectless" sentence:

Có gạo không?    "Is there any rice?"

Còn gạo không?    "Is there any rice left?"

Hết gạo rồi.    "There isn't any rice left."

With both subject and object, i.e. in a full relation of
transitivity, as in Tôi có gạo. "I have some rice," "the subject
has the existence of the object predicated with reference to
itself" (Emeneau, loc. cit.). English equivalents then usually
contain such glosses as "to have, own, possess" (for có), "to
have ... left" (for còn, basically "to remain, be left, survive")
or "to have no more, have exhausted the supply of" (for hết,
basically "to be finished, be used up, be exhausted, be no more").
(d)    Modal auxiliary verbs, for instance, có thể "can, is able
to," muốn "to want to, desire to," cần "to need to," dám "to
dare (to)," định "to intend to," etc., are closely tied to the
main verb.    In a yes-or-no question of the type V-or-not V,
the sequence AUX + MAIN VERB as a whole can fit into the syn-
tactic frame có .... không? or đã .... chưa?:

Anh có muốn đi không?    "Do you want to go?"

Anh đã muốn đi chưa?    "Do you want to go now?"

Anh có thể đi (được) không?    "Can you go?"
(có thể already means "to have the capability")

Thus the auxiliary verb has predicative value, unlike a
tense marker (đã, sẽ, vừa, mới, etc.).    It can even stand by
itself, as in:

Anh có cần không?     "Do you need to do it?"

Anh đã cần chửa?     "Do you need to do it yet?"

The affirmative answer to either of these two questions may be just Cần. "Yes, I do (need to do it)."

Furthermore, an auxiliary verb can take an adverb of degree like rất "very" because the ability, will, desire, intention, etc. that it denotes is measurable.

Muốn, cần, and thèm sometimes function as semi-active verbs and mean respectively "to desire," "to need," and "to crave for (something)."

(e) The copula là "to be so-and-so," which has been called an "identificational marker" (Thompson 1965: 206ff), introduces a substantive predicate and can be preceded by đã "past, anterior," sẽ "will," còn "also; still," cũng "also, likewise," vẫn (còn) "still," etc.

Tôi là người Việt-nam.     "I'm (a) Vietnamese."

Hôm nay (là) chủ nhật.     "Today is Sunday."

Bà ấy (là) người Hà-nội. "She's a native of Hanoi."

Negation involves the phrase không phải "it is not correct (that)":

Không phải tôi là người Việt-nam. "It's not correct that
     I am Vietnamese,"

and when the subject is moved to the front, the sentence reads:

Tôi không phải là người Việt-nam. "I'm not (a) Vietnamese."

(*Tôi không là người Việt-nam is ungrammatical.)

(f) Linking or classificatory verbs, which cannot occur without an attributive, are comparable to the English verbs become and resemble (Nguyễn Đình-Hoà 1974: 316-317).

Con cá hoá rồng.        "The fish turned into a dragon."

X. trở thành bác-sĩ.    "X. became a doctor."

Thái-tử thành Phật.     "The Prince became Buddha."

X. làm thợ.             "X. is a worker."

(For idiomatic usage, see section on V-N Compounds above.)

The last sentence answers the question X. làm gì? "What does X. do (for a living)?" Here là can substitute for làm resulting in X. là thợ. "X. is a worker," a likely response to something said erroneously about X.'s being a foreman, for instance.

The attribute of làm can further be topicalized:

Thợ, anh có làm không?    "Are you willing to work as a
                          blue-collar worker?"

Gác kho, X. cũng làm rồi.  "X. even worked as a  ware-
                          houseman."

At any rate, sentences containing a verb of becoming but no attributive are ungrammatical:

*Con cá hoá.  *X. trở thành.  *Thái-tử thành.  *X. làm.

(g)   Verbs of thinking, knowing and saying (quotative verbs), beside taking a direct object ("to remember, or know, or miss [someone, something]") often have a sentence (S) as object:

Tôi nghĩ rằng S.     "I think that ....."

Tôi cho rằng S.      "I feel/think that ....."

Tôi tưởng rằng S.    "I mistakenly thought that ....."

(h)   Some verbs can be followed by certain postverbs of direction, result, repetition, but others cannot.  The environments

_____ ra, _____ vào, _____ lên, _____ xuống, _____ đi, _____ lại

serve to identify the vast majority of transitive verbs. Certain
of them are multidirectional verbs and yield the sequences similar
to English to run out, to run in, to run up, to run down, to run
off, to run back. Others are monodirectional, just like English
to stretch out, to spit out; to pile up; to kneel down; to
break up (a crowd), etc.

It is interesting that, whereas coordinate compounds (ăn
uống "to eat and drink," buôn bán "to trade") and reduplications
(sửa sang "to repair, fix," trồng trọt "to till, cultivate")
cannot take coverbs of repetition, direction or intensity,
Chinese-borrowed compounds denoting social and political activ-
ities such as bãi-công "to strike," biểu-tình "to demonstrate"
(V - N compounds) or đấu-tranh "to struggle," huấn-luyện "to
train (V - V compounds) can be repeated with the pair _____ đi
_____ lại or the pair _____ lên _____ xuống.

(i)   Of the three subclasses of ditransitive verbs, i.e.
double-object verbs, we will only give some illustrative examples,
in which IO, the indirect object (or complement), and the
DO, direct object, may switch positions just as in English
(Nguyễn Đình-Hoà 1974: 218-221; 343).

Giving (DO is the gift, and IO is the recipient):

X. tặng Y. món tiền.     "X. gave Y. a sum of money."
      IO       DO

⟹ X. tặng món tiền cho Y.              "
          DO         IO

Taking or receiving (IO is the source or donor):

X. vay Y. tiền.     "X. borrowed money from Y."
      IO  DO

$\Longrightarrow$ X. vay tiền của Y.          " " " " "

      DO      IO

Inserting (the limited movement stops at the goal):

     X. thọc tay vào túi.         "X. thrust his/her hand into
                                     the pocket."
       DO    IO

$\Longrightarrow$ X. thọc vào túi cái bàn tay bẩn. "X. thrust his/her dirty hand
                                         into the pocket."
         IO      DO

Evaluation (involving judgment and equating DO with the complement, C):

     Họ bầu ông ấy làm chủ-tịch.    "They elected him Chairperson."

          DO       C

$\Longrightarrow$ Họ bầu làm chủ-tịch một người bất-lực.    "They elected as
                                     Chairperson an in-
         C             DO        competent person."

(j)   Causative verbs, equivalent to make, permit, urge, or forbid in English, have been called "telescoping verbs" since in the construction $V_1 \, N \, V_2$ , N is at the same time object of the main verb $V_1$ and subject of the second verb $V_2$.

    Unlike the sentence in English, this example

     X. mời Y. ăn cơm.    "X. invited Y. to have dinner."

can be shortened to:

either X. mời Y. "X. invited Y." or X. mời ăn cơm. "X. invited (someone) to have dinner."

    The three verbs bắt, buộc or bắt buộc "to force" may entail the preposing of phải "must, have to" (an auxiliary verb) before the second verb: X. bắt buộc họ (phải) đình-công. "X. forced them to strike." Then the object noun (N) can be fronted, resulting in a passive sentence: Họ bắt buộc phải đình-công. "They were forced to go on strike."

(k)  The object of each verb of bodily movement is a noun denoting a part of the human or animal body:  just as in English a man shrugs his shoulders but not his knees, or a pig wags his tail but not his snout, both the verb and its object are specific to a Vietnamese construction:

X. há mồm/miệng ra.   "X. opened his mouth,"

which can be converted to

Mồm/miệng X. há ra.   "X.'s mouth opened."

Likewise, Con chó ngoe-nguẩy cái đuôi.   "The dog wagged his tail,"

which gives

Cái đuôi con chó ngoe—nguẩy. "The dog's tail was wagging."

Through a semantic analysis of transitivity relations and the use of criteria of combinatory possibilities, we can recognize the following subclasses of Vietnamese verbs:

## CLASSIFICATION OF VERBS*

1. NON-ACTION VERBS.

Verbs of static position: *đứng* "to stand," *ngồi* "to sit," *nằm* "to lie," *ngủ* "to sleep," *ngáy* "to snore," *ngã* "to fall," *thức* "to stay awake," etc.

---

*This list is the slightly revised version of an earlier classification (Nguyễn Đình-Hoà 1971a), where adjectives are also included -- as verbs of state and quality. In his study of "The Verb in Vietnamese," Professor Nguyễn Kim Thản (1977) uses the label ENDOMOTIVUS for my subclasses 1, 5 and 6, and the label EXOMOTIVUS for subclasses 7 through 11, while calling subclasses 2 and 12 NEUTRAL VERBS. His classification treats the auxiliary verbs (subclass 3) -- which he calls MODAL VERBS -- separately, and he does not consider the copula *là* (subclass 4) a verb at all.

2. VERBS OF EXISTENCE, APPEARANCE AND DISAPPEARANCE.
   *có* "to exist," *còn* "to remain, survive," *hết* "to be used up," *mọc, nổi* "to erupt," *dâm, trổ* "to sprout, bud," etc.

3. AUXILIARY VERBS.
   Modal verbs: *có thể* "can, may," *phải* "must, to have to," *cần* "to need/have to," *muốn* "to want to," *định* "to plan to, intend to," *dám* "to dare to," etc.

4. COPULA. *là* "to be so-and-so, equal."

5. LINKING OR CLASSIFICATORY VERBS.
   Verbs of becoming: *dâm* "to become [something worse]," *hoá* "to change into," *thành* "to become," *như* "to be like," *giống* "to resemble," *làm* "to serve/work as," etc.

6. QUOTATIVE VERBS.
   Verbs of thinking, knowing and saying: *biết* "to know (that)," *nhớ* "to remember (that)," *tin* "to believe (that)," *nghĩ* "to think (that)," *tưởng* "to think wrongly (that)," etc.

7. ACTIVE VERBS.

   a. Verbs of action: *ăn* "to eat," *uống* "to drink," *mở* "to open," *dóng* "to close," *viết* "to write," etc.

   b. Verbs of motion: *ra* "to exit," *vào* "to enter," *lên* "to ascend," *xuống* "to descend," *sang/qua* "to cross over," *về* "to return," *lại* "to come," *dến/tới* "to reach," etc.

   c. Semi-active verbs: *thích* "to like," *yêu* "to love," *thù* "to resent," *được* "to get, obtain, receive," *bị* "to suffer, sustain, undergo," *phải* "to contract, suffer from," *chịu* "to sustain, be resigned to," etc.

8. DITRANSITIVE VERBS I.

Verbs of giving and taking or receiving: *đưa* "to hand,"
*tặng* "to present," *giao* "to deliver," *phát* "to distribute,"
etc., on the one hand, and *vay* "to borrow [consumable
thing, money]," *mượn* "to borrow [tool, car, money]," *nợ*
"to owe," *nhận* "to receive," etc., on the other hand.

9. DITRANSITIVE VERBS II.

Verbs of inserting: *điền* "to fill in/out," *thọc* "to
thrust," *nhồi* "to stuff," *nhét* "to cram," *ấn* "to push,"
*tra* "to sheathe, scabbard," etc.

10. DITRANSITIVE VERBS III.

Verbs of evaluation and selection: *coi* "to consider, re-
gard," *gọi* "to call, name," *cử* "to appoint," *bầu* "to
elect," *chọn/lựa/tuyển* "to select," etc.

11. CAUSATIVE VERBS.

Telecosping verbs: *cho* "to let, allow, permit," *để* "to
let," *làm* "to make, render," *khiến* "to make," *mời* "to
invite," *rủ* "to invite [less formally, for a Dutch treat],"
*bắt, buộc, bắt buộc* "to make, force, compel, coerce,"
*cấm* "to forbid, prohibit," etc.

12. VERBS OF BODILY MOVEMENTS.

*gật* "to nod," *lắc* "to shake," *cúi* "to bend [head, neck],"
*chúm* "to purse, round [lips]," *vươn* "to stretch [arm,
shoulder, neck]," *nghển* "to crane [neck]," etc.

In this diagram the 12 verb subclasses listed above have been grouped into clusters together with (13) , a large category of Stative Verbs (or Adjectives).

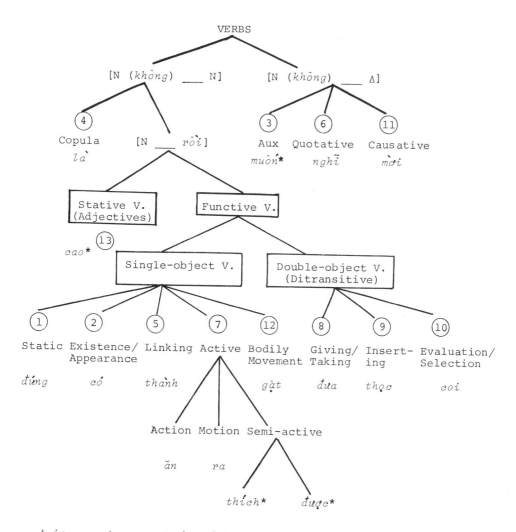

Δ is a sentence. Verbs with an asterisk can be preceded by *rất*.

COMPOUNDS AND PHRASES
FOR EVERYDAY USAGE

1 to eat, take. 2 to smoke, chew. 3 to consume, eat up. 4 to communicate. 5 to equal. 6 to earn (dishonestly). 7 to corrode. 8 to win.

| | | | | |
|---|---|---|---|---|
| ăn ảnh | to be photogenic | | ăn giải | to win a prize |
| " bám | to be a parasite | | " gian | to cheat |
| " báo (cỗ) | to live at the expense of | | " giơ | to work hand in glove |
| " bận | to dress | | " gỏi | to eat raw fish; to spend too |
| " boóng | see ăn bám | | | much |
| " bớt | to practice squeezing | | " hại | to be a parasite |
| " cánh | to be in cahoots | | " hiếp | to bully, oppress |
| " cắp | to steal, rob, pilfer | | " học | to study |
| " chay | to follow a vegetarian diet | | " hỏi | to celebrate an engagement |
| " chắc | to be sure to win | | " hối-lộ | to take bribes |
| " chận | to squeeze, extort | | " khao | to celebrate (happy event) |
| " chơi | to be a playboy/swinger; to eat | | " khem | to follow a diet |
| | (appetizers) | | " không | to be idle |
| " cỗ | to attend a banquet | | " khớp | to be well-fitted |
| " cơm | to eat | | " kiêng | to be on a diet |
| " cưới | to attend a wedding (banquet) | | " lãi | to make a profit |
| " cướp | to rob, hold up, hijack | | " lẽ | to take bribes |
| " dỗ | to talk ... into giving you | | " lên | to get a raise/promotion |
| | something | | " lộc | to enjoy material advantages |
| " dở | (of pregnant woman) to eat sour | | " lời | to take a profit |
| | things | | " lời | to be obedient |
| " dưng ngồi rồi | to be idle | | " mạnh | to enjoy selfishly |
| " đất | to die | | " mày | to beg, panhandle |
| " đong | to live from day to day; to act | | " mặc | to dress |
| | as the need arises | | " mòn | to eat away, corrode |
| " độn | to eat rice mixed with corn, | | " mừng | to celebrate |
| | manioc or sweet potatoes | | " nằm | to live as husband and wife |
| " đút | to take bribes | | " nhằm | to have relevance |
| " đường | to consume on a trip | | " nhập | to be relevant |
| " đứt | to excel, win by far | | " nói | to talk, speak (up) |
| " ghẹ | to eat someone else's ration | | " non | to quit (as soon as one has won) |
| " giả bữa | to eat (a lot) after recovering | | " ở | to live; to conduct oneself |
| | from illness | | " quịt | to eat without paying |

| | | | | | |
|---|---|---|---|---|---|
| ăn sáng | to eat breakfast | | ăn vạ | to stage lying-down strike |
| " suông | to be a night burglar | | " vay | to eat on borrowed resources |
| " tết | to celebrate New Year | | " vặt | to eat between meals |
| " tham | to be a glutton | | " vận | see ăn bận |
| " thề | to take an oath | | " vụng | to eat on the sly |
| " thua | to quarrel, contest; to be successful | | " xài | to spend |
| " thừa-tự | to serve as heir | | " xin | to beg, panhandle |
| " tiền | to take bribes; to be successful, work | | " xôi | to die |
| " tiêu | to spend | | " xổi | to eat (pickles) before they are ready |
| " to | to win big | | " xổi ở thì | to live from day to day |
| " tráng miệng | to eat dessert | | " ý | to be in cahoots |
| " trầu | to chew betel | | " yến | to take part in imperial banquet |
| " trộm | to rob, burglarize | | | |
| " tục | to eat without manners | | | |
| " uống | to eat and drink | | | |
| " vã | to eat (meat,...) without rice | | | |

## ẨN

1 to take shelter. 2 to hide. 3 hidden, concealed.

| | | | | | | |
|---|---|---|---|---|---|---|
| ẩn cư | to live in seclusion | | bí ẩn | mysterious | | |
| " danh | to remain anonymous | | ơ " | to live in seclusion | | |
| " dật | to live a secluded life | | tiềm " | latent | | |
| " dụ | metaphor | | trú " | to take shelter | | |
| " đạo | covered approach | | | | | |
| " hoa | cryptogam | | | | | |
| " khuất | to be hidden | | | | | |
| " lậu | fraud, evasion | | | | | |
| " lộ | covered approach | | | | | |
| " náu | to hide oneself, take shelter | | | | | |
| " nặc | to receive (stolen goods) | | | | | |
| " nấp | to conceal oneself | | | | | |
| " ngữ | riddle; secret language, argot | | | | | |
| " nhẫn | to suffer in patience | | | | | |
| " nhiệt | latent heat | | | | | |
| " núp | to hide, take cover, conceal | | | | | |
| " quả | angiocarp | | | | | |
| " sĩ | retired scholar | | | | | |
| " số | unknown number | | | | | |
| " tàng | implicit | | | | | |
| " tảo | cryptophyceae | | | | | |
| " tế | covered up | | | | | |
| " thân | to hide | | | | | |
| " tính | to conceal one's real name | | | | | |
| " tình | secret feelings; hidden matters | | | | | |
| " tuổi | to be born under the same sign but one cycle or more later | | | | | |
| " tướng | concealed feature (of physiognomy) | | | | | |
| " ý | hidden intention | | | | | |

1 to cancel, stop, cease, annul. 2 to disperse.

| bãi | binh | to stop fighting, disarm |
| " | bỏ | to cancel, abrogate |
| " | chiến | to stop the war |
| " | chức | to fire, dismiss |
| " | công | to go on strike |
| " | dịch | to dismiss, fire |
| " | học | school dismissed |
| " | hôn | to call off an engagement |
| " | khóa | (of students) to strike |
| " | lập | to discontinue |
| " | lệ | to rescind a regulation |
| " | lương | forfeiture |
| " | miễn | to dismiss, fire |
| " | nại | to withdraw complaint, drop a charge |
| " | thị | (of market vendors) to strike |
| " | thực | to go on a hunger strike |
| " | triệt | to disestablish |
| " | triều | to end an imperial audience |
| " | trường | school vacation; school dismissed |

Cuộc bãi công bắt đầu.   The strike has begun.

Sinh viên Văn khoa bãi khóa.   The students at the College of Arts and Letters are boycotting their classes.

Cuộc bãi thị làm tê liệt sinh hoạt trong thành phố.   The merchants' strike has paralyzed life in the city.

15 tháng 6 mới bãi trường.   The semester will end only on June 15.

*4*

1 to bestow, grant, confer (regalia, title, favor).  2 to give.  3 to issue (order).

| | | |
|---|---|---|
| ban ân | to bestow a favor | |
| " bố | to issue, promulgate; to distribute widely | |
| " cấp | to bestow, grant | |
| " hành | to issue, promulgate | |
| " khen | to commend, praise | |
| " ơn | to bestow a favor | |
| " phát | to grant widely, distribute | |
| " tặng | to grant, bestow | |
| " thưởng | to reward | |

Vua ban mũ áo cho ông ấy. or Ông ấy được vua ban mũ áo.  The emperor granted him his ceremonial bonnet and robe.

Ngài ban cho nhiều ân huệ quá.  You have bestowed so many favors on me.

Lệnh giới nghiêm đã được ban bố.  A curfew has been ordered.

Lệnh này, từ trên ban xuống, tôi chỉ biết theo thôi.  This order came from above; I'm only following it.

1 to sell (merchandise, property, etc.). 2 to sell (one's soul).

| | | | | | |
|---|---|---|---|---|---|
| bán buôn | to sell wholesale | | bán tống bán táng | to get rid of (goods) |
| " cân | to sell by the weight | | " trôn nuôi miệng | to be a prostitute |
| " cắt | to sell in bulk | | " trời không văn-tự | to be extravagant |
| " chắc | to trade, deal | | " xới | to abandon one's country; |
| " chạy | to get rid of (goods); to sell well | | | to flee, run for one's life |
| " chịu | to sell on credit | | | |
| " cửa | not to get near | | | |
| " danh | to lose one's prestige | | | |
| " dấu giá | to auction off | | | |
| " đổ bán tháo | to sell at any price | | | |
| " đợ | to pawn | | | |
| " đứng | to sell (country, other people's interests) | | | |
| " đứt | to sell conclusively | | | |
| " gặt | to sell at cost | | | |
| " khoán | to give (one's own child) away to a deity | | | |
| " lại | to resell | | | |
| " lẻ | to sell at retail | | | |
| " lỗ | to sell at a loss | | | |
| " mặt | to avoid (person) | | | |
| " mình | (of girl) to sell herself | | | |
| " mớ | to sell in bulk | | | |
| " non | to sell (crop) before harvest | | | |
| " nước | to betray one's country | | | |
| " phá giá | to hold a discount sale | | | |
| " rao | to hawk, peddle | | | |
| " rong | to be a street vendor | | | |
| " sắp bán ngửa | to get rid of (goods) | | | |
| " sỉ | to retail; to sell wholesale | | | |
| " thần nuôi miệng | to be a prostitute | | | |
| " thịt buôn người | to engage in white slavery | | | |

1 to discuss, deliberate, talk over, debate.  2 to comment.

| | | | |
|---|---|---|---|
| bàn bạc | to discuss, deliberate | họp bàn | to meet and discuss together |
| " cãi | to discuss, debate | lạm " | to poke one's nose into other |
| " định | to discuss in order to decide | | people's business |
| " gẫu | to discuss irrelevant matters | | |
| " giao | to transfer (authority) | bàn về việc thăng thưởng | to discuss promotions |
| " lén | See bàn mảnh | bàn ra nói/tán vào | to discuss and examine a |
| " luận | to discuss, deliberate | | topic from different angles |
| " mảnh | to discuss privately | lời bàn của X. | with comments by X. |
| " quanh | to discuss peripheral matters | bàn đi tính lại | to discuss over and over |
| " rộng | to digress | bàn cho thật kỹ | to discuss thoroughly |
| " soạn | to discuss, arrange | bàn với ông giám đốc | to discuss with the |
| " suông | to discuss idly | | Director |
| " tán | to discuss, comment, gossip | | |
| " tính | to talk over, discuss | | |
| " xăm | to interpret an oracle | | |

| | |
|---|---|
| bàn đi bàn lại | to discuss again and again |
| " ra bàn vào | to discuss over and over |
| " tới bàn lui | to discuss over and over |
| " lên bàn xuống | to discuss over and over |
| " ngược bàn xuôi | to discuss over and over |

1 to envelop, wrap, cover. 2 to keep, support (mistress). 3 to treat, pay for (friend). 4 to mop
(floor) with discarded gunnysack.

| | | |
|---|---|---|
| bao bì | sack, bag | |
| " biện | to try to do too much | |
| " bọc | to envelop; to protect | |
| " cát | ballast | |
| " che | to cover, protect | |
| " chiếm | to appropriate | |
| " dong/dung | to tolerate | |
| " gái | to keep a mistress | |
| " gồm | to include, comprise | |
| " hàm | to contain (meaning) | |
| " nhụy | perianth | |
| " phấn | anther | |
| " phổi | pleura | |
| " phủ | to cover up, envelop, enclose | |
| " quả | anthocarp | |
| " quát | to embrace, include | |
| " tải | gunnysack, burlap | |
| " tay | glove(s) | |
| " tâm | pericardium | |
| " thầu | to bid for a contract | |
| " thư/thơ | envelope | |
| " trùm | to cover, envelop | |
| " tử | stomach | |
| " tượng | money sash | |
| " vây | to encircle, surround, besiege; to isolate | |
| " yểm | to protect | |

Bao sách lại đi! Wrap these books up!

Tôi xin bao các anh một chầu kem. I'll treat you guys to some ice cream.

Anh ấy lấy bao tải bao nhà. He mopped the floor with a gunnysack.

1 to inform, notify, announce.  2 to report.

| | | | | | | |
|---|---|---|---|---|---|---|
| báo | àn | to reward for kindness | | loan báo | | to announce |
| " | cáo | to report/report | | thông " | | to announce |
| " | chí | newspaper and magazines, the press | | bản " | | our newspaper |
| " | chương | newspapers | | bích " | | wall newspaper |
| " | công | to report achievement | | nhà " | | newspaperman |
| " | cừu | to avenge | | nhật " | | daily newspaper |
| " | danh | to register for exam | | quả " | | just recompense |
| " | đáp | to reward, show gratitude for | | tòa " | | newspaper office |
| " | đền | to reward | | tuần " | | weekly newspaper |
| " | động | alarm, alert | | | | |
| " | giới | the press | | | | |
| " | hỉ | wedding announcement | | | | |
| " | hiếu | to show filial piety | | | | |
| " | hiệu | to give the signal, signal | | | | |
| " | mộng | to warn in a dream | | | | |
| " | oán | to avenge | | | | |
| " | phục | to avenge | | | | |
| " | quán | newspaper office | | | | |
| " | quốc | to die for one's country | | | | |
| " | tang | to announce a death | | | | |
| " | thù | to avenge oneself | | | | |
| " | thức | to wake up | | | | |
| " | tin | to inform, advise, announce | | | | |
| " | trước | to forewarn, warn, alert, give advance notice | | | | |
| " | tường | wall newspaper | | | | |
| " | ứng | retribution, recompense | | | | |

1 to fly, fly off.  2  to travel by air.  3  (of fragrance) to evaporate, (of color) fade away (bay đi/mất).  4 (of skin eruption) to disappear, vanish.  5  to flunk, blow (test, exam).  6  to flee, run away.

| | | |
|---|---|---|
| bay biến | to deny categorically | |
| "  bổng | to fly high, soar | |
| "  bướm | (of written style) to be flowery; (of man) to be a swinger | |
| "  chuyền | to fly from branch to branch | |
| "  hơi | to evaporate | |
| "  là | to fly low, hedgehop | |
| "  màu | the color fades away | |
| "  mùi | to lose the fragrance | |
| "  nhảy | to move around, change jobs, seek advancement | |

| | | |
|---|---|---|
| chuyến bay | flight | |
| máy    " | airplane | |
| mưa    " | drizzle | |
| sân    " | airport | |
| tàu    " | airplane | |
| trường  " | airfield | |

cao chạy xa bay <u>or</u> xa chạy cao bay  to have fled away

chối bay chối biến  to deny categorically

| | |
|---|---|
| bay đi | to fly away |
| "  lại | to fly in/toward |
| "  đi bay lại | to fly back and forth |
| "  ra | to fly out |
| "  vào | to fly in(to) |
| "  lui | to fly backward |
| "  tới | to fly forward |
| "  lên | to fly up |
| "  xuống | to fly down |
| "  qua/sang | to fly over to |
| "  về | to fly back (to) |

1 to catch (ball, fish, etc.), capture, arrest, seize (criminal). 2 to catch (fire, dust, smoke). 3 to force, compel, coerce.

| | | | | | |
|---|---|---|---|---|---|
| bắt | bẻ | to find fault with | bắt | rễ | to find grass-roots support (for |
| " | bí | to put pressure on | | | political campaign) |
| " | bồ | to claim damage | " | sống | to catch live |
| " | bóng đề chừng | to guess, conjecture | " | tay | to shake hands; to start |
| " | bớ | to make arrests | " | thăm | to draw lots |
| " | buộc | to compel, force, coerce | " | thóp | to pump a secret |
| " | cả hai tay | to play safe | " | tội | to punish |
| " | cải | to draw lots to see who goes | " | vạ | to demand reparations |
| | | first | " | xấu | (of colonialists) to exact corvée |
| " | chẹt | see bắt bí | | | or unpaid labor |
| " | chim | to flirt, woo, court | | | |
| " | chợt | to come upon suddenly, surprise | | | |
| " | chước | to imitate, copy, mimic | | | |
| " | cóc | to kidnap | | | |
| " | đầu | to begin, start | | | |
| " | đền | to demand reparations | | | |
| " | điện | to install electricity | | | |
| " | được | to find ... by chance | | | |
| " | ép | to force, coerce | | | |
| " | gặp | to run across | | | |
| " | khoan bắt nhặt | to be overcritical | | | |
| " | lính | to conscript | | | |
| " | lỗi | to find fault | | | |
| " | lửa | to catch fire | | | |
| " | mạch | to feel the pulse | | | |
| " | nạt | to bully | | | |
| " | nguồn | (of river) to rise | | | |
| " | nọn | to trick ... into a confession | | | |
| " | phu | to recruit labor | | | |
| " | quả tang | to catch redhanded | | | |
| " | quàng | to falsely claim (relationship) | | | |
| " | quyết | (of sorcerer) to clasp hands | | | |
| | | in exorcism | | | |

to suffer, undergo, be afflicted by (something unfortunate or detrimental)

| | | |
|---|---|---|
| bị án | to have a criminal record |
| " bệnh | to be sick, have a disease |
| " can | the accused |
| " cáo (nhân) | the accused, the defendant |
| " động | (of attitude, verb) to be passive |
| " đơn | the accused, the defendant |
| " nạn | to meet an accident |
| " oan | to be the victim of an injustice |
| " thuốc | to be poisoned |
| " thương | to be wounded |
| " trị | (of nation) to be under foreign rule |
| " trúng độc | to be poisoned |
| " trùng | (of family) to have several deaths in a row |

Tinh thần địch bị tan rã.    The morale of the enemy was destroyed.

X. bị một thằng bé con móc túi.    X's pocket was picked by a boy.

X. bị Trời đay làm con trâu.    As a punishment Heaven turned him into a water buffalo.

Tôi bị bác sĩ cấm ăn thịt.    The doctor forbids me to eat meat.

Xe đạp của tôi bị bẹp lốp.    My bike had a flat tire.

Kỳ nghỉ Nô-en tôi bị làm thư ký đánh máy.    I had to help as a typist during the Christmas vacation.

Tên cướp bị rồi.    The brigand has been killed/ is dead.

X. bị tai nạn xe hơi.    X. was in a car accident.

Quan Vũ bị một mũi tên.    Quan Vu was hit by an arrow.

X. bị đánh.    X. was beaten up.

Cửa hàng bị đốt phá.    The store was burned and destroyed.

để nhi tôn khỏi bị vay (Nguyễn Trãi)    so that his offspring would not have to borrow from others

Trịnh Hâm bị cá nuốt (Nguyễn Đình Chiểu).    Trịnh Ham was eaten up by a shark.

Rip van Winkle thường bị vợ mắng.    Rip van Winkle was often scolded by his wife.

1 to change, convert, transform, transmute. biến nguyên liệu thành sản phẩm to change raw materials into manufactured products. 2 to vanish, disappear (biến đi, biến mất)

| | | |
|---|---|---|
| biến ảo | change, metamorphosis | |
| " ẩm | variant sound | |
| " bảo | to be resourceful | |
| " cách | to inflect (word) | |
| " cách | to change, reform | |
| " cải | to change, transform | |
| " chất | to change, alter | |
| " chế | to transform, process | |
| " chủng | mutation | |
| " chuyển | to change, develop | |
| " chứng | complication (of illness) | |
| " cố | event, happening | |
| " cú | paraphrase | |
| " dạng | transformation; variant | |
| " dịch | to change | |
| " dưỡng | metabolism | |
| " điện | to modulate | |
| " đổi | to change, become different | |
| " động | event; revolt, rebellion | |
| " hiệu | variant | |
| " hình | metamorphosis | |
| " hóa | to change, evolve | |
| " kỳ | metaphase | |
| " loại | variation | |
| " loạn | rebellion, revolt | |
| " mất | to disappear | |
| " sắc | to grow pale | |
| " số | variable | |
| " tạo | transformational-generative | |
| " thái | variant, allophone, allomorph | |
| " thành | to become | |
| " thế | to transform (voltage) | |
| " thể | variant form | |

| | | |
|---|---|---|
| biến thiên | to change, vary | |
| " thức | aberrant form | |
| " tiết | to change, waver | |
| " tính | to change, be altered, be denatured | |
| " tố | variance | |
| " trá | to be deceitful | |
| " trở | rheostat | |
| " tướng | phase, stage | |
| " tượng | to change, transform | |

| | | |
|---|---|---|
| bất biến | invariable | |
| binh " | military revolt, mutiny | |
| cải " | to change, transform | |
| chính " | coup d'état | |
| đột " | sudden change | |
| gia " | family tragedy | |
| tai " | disaster, calamity | |

# BIẾT

1 to know, be aware of. Nguyễn Huệ biết rằng... Nguyen Hue was aware that... 2 to be acquainted/ familiar with. Ông ấy biết nhiều thứ tiếng. He knows many languages. 3 to understand, comprehend. Mẹ biết con rồi! Mommy knows you, dear! 4 to know how to..., be able to..., be capable of... X. không biết bơi. X. cannot swim.

| | | | | | |
|---|---|---|---|---|---|
| biết bao | so much/many | | hay biết | to know |
| " bụng | to understand how someone feels | | hiểu " | to understand |
| " chừng nào | so much/many | | quen " | to be acquainted with |
| " đâu... | Who knows! perhaps... | | | |
| " điều | to be reasonable | | Biết thế thì tôi không đi. If I had known that, |
| " điệu | to know how | | | I wouldn't have gone/come. |
| " mấy | so much/many | | Biết đâu cô ấy lại không bằng lòng! Who knows! |
| " mùi | to have tasted | | | She might give her consent. |
| " người biết của | to appreciate people and things | | Món này có ớt thì ngon biết bao/mấy! This dish |
| " ơn | to be thankful | | | would taste so much better if |
| " tay | to realize someone's power/ capability | | | it had some chili pepper. |
| " tảy | to know one's opponent's trump card | | | |
| " thân | to know oneself, realize one's situation | | | |
| " thóp | to know a guarded secret | | | |
| " thừa | to know fully and clearly | | | |
| " tiếng | to hear about (famous person/ site/product) | | | |
| " tổng | See biết thừa | | | |
| " ý | to realize, take a hint | | | |

1 to discuss, examine, evaluate (bình nghị). 2 to discuss and select (bình bầu). 3 to read aloud (literary text) with comments.

| | | |
|---|---|---|
| bình bầu | to discuss then elect | |
| " chú | to comment, annotate | |
| " chuẩn | price control officer | |
| " công chấm điểm | to evaluate individual merits | |
| " duyệt | to critique (literature) | |
| " giá | to determine the price; to evaluate | |
| " giảng | to comment and explain | |
| " luận | to comment | |
| " nghị | to discuss, evaluate | |
| " phẩm | to criticize, evaluate | |
| " sai | to reconcile different values | |
| " thơ | to read poetry | |
| " văn | to read literature | |

| | |
|---|---|
| giảng bình | to explain and comment |
| phẩm " | to criticize |
| phê " | to critique; to criticize |
| thư " | book review |
| | |
| lời bình | comment(s) |
| nhà phê bình | (literary) critic |
| tự phê bình | self-criticism |
| nhà bình luận | commentator |

15

1 to discard. Bỏ đôi giày này đi. Throw away this pair of shoes. 2 to abandon. Ông ấy bỏ cuộc rồi. He gave up the race. 3 to leave. bỏ em ở nhà to leave one's younger sibling at home. 4 to put, insert, invest. bỏ tiền vào ống to put money in the piggy bank. 5 to take out. bỏ cơm ra ăn to take out the rice and eat. 6 to lose (child) through death. Ông bà ấy vừa bỏ một cháu. They just lost a child.

| | | |
|---|---|---|
| bỏ bả | to poison, use rat's bane | |
| " bẵng | to leave unattended | |
| " bẽ | to leave unfinished | |
| " bùa | to use philter | |
| " cơm | to skip a meal | |
| " dở | to leave unfinished | |
| " đời | damned, doomed | |
| " hoá | to leave (land) untilled | |
| " hoang | to leave untilled | |
| " liều | to abandon | |
| " lò | to bake | |
| " lửng | to ignore, separate from (wife) | |
| " mạng | to lose one's life | |
| " mặc | to abandon | |
| " mình | to lose one's life | |
| " mứa | to leave (food) unfinished | |
| " ngỏ | to leave (city) open, without defense | |
| " ngoài tai | to ignore (criticism) | |
| " ngục | to jail | |
| " nhỏ | to drop hints | |
| " ống | to keep in piggy bank | |
| " phiếu | to cast a ballot, vote | |
| " phóng sinh | to let go, not to care | |
| " qua | to let (opportunity) slip by; to forgive | |
| " quên | to forget | |
| " rơi | to overtake; to abandon | |
| " sót | to omit, leave out | |
| " thăm | to cast a ballot | |
| " thầu | to invite bids | |

| | | |
|---|---|---|
| bỏ thầy | to die | |
| " thuốc độc | to poison | |
| " tù | to jail | |
| " túi | to pocket (illegally); pocketsize | |
| " vạ | to leave unattended | |
| " vắng | to stop seeing/visiting | |
| " vốn | to invest | |
| " xác | to die | |
| " xó | to discard; mediocre | |
| " xuôi | to let go, ignore | |
| " xử | "Oh, no!"; extremely | |
| bỏ đi | to leave, depart; to leave out | |
| " lại | to leave behind | |
| " ra | to leave out; to let go | |
| " vào | to put in, insert | |
| " xuống | to put down, drop | |
| " về | to leave (in order to go home) | |

1 to tie, fasten.  2 to entangle (in marital bonds).  3 to compel, force, coerce (bắt buộc).

| | | |
|---|---|---|
| buộc bịn | to tie | |
| " bịu | to tie | |
| " chằn | to unite boy and girl;  to tie down | |
| " lòng | to act reluctantly | |
| " néo | to tie tourniquet-style | |
| " quai rọ | to tie a reef/square knot | |
| " quang rọ | See buộc quai rọ | |
| " thòng lọng | to tie a slipknot, tie a running knot | |
| " thuốc | to bind up (a wound) | |
| " tội | to accuse, charge | |
| " túm | to tie up at the corners | |

| | | |
|---|---|---|
| bắt buộc | compulsory, mandatory | |
| bó " | to tie down | |
| ép " | to force, coerce | |
| ràng " | to be binding | |
| trói " | to be binding, constrain | |

| | | |
|---|---|---|
| buộc lại | to tie up, fasten | |
| " vào | to tie up, fasten | |

thắt lưng buộc bụng  to tighten one's belt, be thrifty

Cỏ buộc vào hộ tôi.  Please tie it for me.

Mình với ta không dây mà buộc / Ta với mình không thuốc mà say   You and I are linked without any string, and drunk without any drugs

Anh ấy bị buộc phải thôi việc.  He was forced to resign.

Hắn bị buộc tội giết người.  He was charged with murder.

Họ nói mãi, làm tôi buộc lòng phải nhận lời.  They kept insisting, so I had to accept against my will.

1 to buy wholesale (in order to sell later). 2 to trade/deal in.

| buôn bạc | to deal in currencies | bán buôn | to do wholesale |
|---|---|---|---|
| " bán | to carry on business; to trade | con " | merchant |
| " cất | to trade wholesale | đi " | to engage in business |
| " chạy | to be a traveling salesman/ merchant | hãng " | commercial firm |
| | | lái " | merchant |
| " chuyển | to buy from afar | nhà " | merchant, businessman |
| " gánh bán bưng | to be a street vendor | tàu " | merchant ship |
| " hàng sách | to be a middleman | tiệm " | store, shop |
| " lậu | to deal in smuggled goods | | |
| " lẻ | to retail | | |
| " ngồi | to keep a store | | |
| " người | to engage in white slavery | | |
| " nước bọt | to be a compradore | | |
| " phần bán hương | to be a prostitute | | |
| " phần bán son | to be a prostitute | | |
| " sỉ | to trade wholesale (Saigon); to retail (Hanoi) | | |
| " tảo bán tần | to try to make ends meet as a street vendor | | |
| " tần bán sở | to be a traveling salesman | | |
| " thần bán thánh | to commercialize religion | | |
| " thúng bán bưng | to be a street vendor | | |
| " thúng bán mẹt | to be a street vendor | | |

1 to lower (curtain, blinds), let down, lay down.  2 to let go, release (buông ra).

| | | |
|---|---|---|
| buông bờ | | to leave the shore |
| " | cần | to lower one's fishing rod |
| " | câu | to drop one's fishhook |
| " | chèo | to let go the oar, stop rowing |
| " | đũa | to put down one's chopsticks, finish eating |
| " | giầm | to stop rowing |
| " | khơi | to let one's boat move away from the shore |
| " | lỏng | to relax control |
| " | lơi | to neglect, not to care |
| " | lời | to utter words |
| " | lung | to relax discipline |
| " | màn | to lower the mosquito net |
| " | miệng | to open one's mouth, speak |
| " | ra | to let go |
| " | súng | to drop one's gun, surrender |
| " | tay | to let go;  to stop work |
| " | tên | to shoot arrows |
| " | tha | to release, spare |
| " | thả | to free, set free, let loose |
| " | trôi | to let adrift, let go, neglect |
| " | tuồng | to take liberties |
| " | xổng | to speak impolitely |
| " | xụi | to abandon |
| " | xuôi | to neglect, abandon |

Bà ấy liền buông đũa bắt đứng dậy.  She immediately laid down her bowl and chopsticks and stood up from the table.

Tóc cô ta buông thõng sau lưng.  her long hair flowing down her back.

hai tay buông xuôi  to die

buông quăng bỏ vãi  to waste

buông rộng thả dài  to relax control (of children)

1 to step, stride. 2 to scram. 3 step; juncture.

| | | | | | |
|---|---|---|---|---|---|
| bước bước nữa | (of widow) to remarry | | cất bước | | to take the first step |
| " chân | step, pace | | dón " | | to tiptoe |
| " dài | full step, stride | | lạc " | | to go astray |
| " dồn | half step | | lén " | | to walk surreptitiously |
| " đầu | first step | | lỡ " | | to walk into...(by mistake) |
| " đều | quick time | | lùi " | | to retreat |
| " đi | step; direction | | nhẹ " | | to walk gingerly |
| " đường | road, path; situation | | quá " | | to step too far |
| " đường cùng | impasse, dead end | | rảo " | | to quicken one's step |
| " hậu | back step | | | | |
| " mau | half step | | | | |
| " một | step by step | | | | |
| " ngang | side step | | | | |
| " ngoặt | turning point | | | | |
| " rảo | to quicken one's step | | | | |
| " sóng | wavelength | | | | |
| " thấp bước cao | to travel on rough road | | | | |
| " tiến | step forward, progress, advance | | | | |

| | | |
|---|---|---|
| bước đi | to step away |
| " lại | to step back |
| " đi bước lại | to step back and forth |
| " ra | to step out |
| " vào | to step in |
| " lui | to step backward |
| " tới | to step forward |
| " lên | to step up |
| " xuống | to step down |
| " qua/sang | to step across/over |
| " về | to step back (into) |

to sing

| | | | |
|---|---|---|---|
| ca dao | folk song/ballad | bài ca | song, melody |
| " hát | to sing | cầm " | musical instrument and singing |
| " khúc | song, ballad, carol | danh " | famous singer |
| " kịch | play; theater | đoạn " | short song |
| " kỹ | geisha, songstress | đồng " | chorus |
| " lầu | geisha inn | đơn " | solo |
| " ngâm | to sing and chant poetry | đờn " | to play music and sing |
| " ngợi | to praise | hợp " | chorus |
| " nhạc | music and songs | song " | duet, duo |
| " nhi | singer | thi " | poetry |
| " nương | See ca nhi | xướng " | to sing |
| " sĩ | singer | | |
| " thán | to complain | ca khúc khải hoàn to sing a victory song | |
| " trù | ceremonial/festival song | | |
| " tụng | to praise, extol, eulogize | | |
| " từ | words, lyrics | | |
| " vịnh | See ca ngâm | | |
| " vũ kịch | kabuki theater | | |
| " vũ nhạc kịch | variety show | | |
| " xang | to sing | | |
| " xướng | to sing | | |

1 to change, alter. 2 to correct, remedy. 3 to repent.

| | | | |
|---|---|---|---|
| cải biến | to adapt (play, novel) | cải cách ruộng đất or cải cách điền địa | land reform |
| " biến | to transform | | |
| " bổ | to transfer (official) | cực lực cải chính | to deny emphatically |
| " cách | to reform | răng cải mả | (of blackened teeth) to be discolored |
| " chính | to deny; to amend | | |
| " dạng | to disguise oneself | Họ nghe thấy phong thủy nên làm lễ cải táng và |
| " danh | to change one's name | đặt ngôi mộ cụ X. bên bờ sông. Following |
| " giả | (of widow) to remarry | the geomancer's advice, they exhumed Mr X's |
| " hoá | to change, improve | remains and set his new gravesite on the |
| " hối | to repent | riverbank. |
| " lương | to better / renovated theater of South Vietnam | cải tạo tư tưởng | to reeducate, brainwash |
| | | xe cải tiến | improved cart |
| " mả | to dig up and rebury in final site | cải tổ chính phủ | to form a new government |
| " nguyên | to change dynastic title | cải lão hoàn đồng | to make an old person look younger, rejuvenate |
| " nhiệm | to transfer (official) | | |
| " quá | to amend one's ways | cải tà qui chính | to amend one's ways, reform |
| " táng | to dig up and rebury in final site, to move a gravesite | cải tử hoàn sinh | to revive, resuscitate |
| " tạo | to reform, improve, re-educate | | |
| " thiện | to improve | | |
| " tiến | to improve | | |
| " tổ | to reorganize, reshuffle (cabinet) | | |
| " trang | to disguise | | |
| " tuyển | to hold a new election | | |

| | |
|---|---|
| biến cải | to change |
| canh " | to reform |
| hoán " | to change, improve |

1 to feel (cảm thấy). 2 to be moved. 3 to appreciate and feel respect for. 4 to fall in love with. 5 to catch cold (cảm hàn/lạnh), suffer a sunstroke (cảm nắng).

| | | | |
|---|---|---|---|
| cảm đề | to write verse lines under inspiration | cảm tính | feeling, sentiment |
| " động | to be moved, be touched | " tình | sympathy, good feelings |
| " giác | to feel, perceive, have the sensation | " tử | suicide (troops) |
| " gió | to be caught in a draught | " tưởng | impression |
| " hàn | to catch cold | " ứng | to influence / induction |
| " hoá | to change, convert | " xúc | to be moved, stirred |
| " hoài | to miss | | |
| " hoán ngữ | vocative | ác cảm | ill feelings, antipathy |
| " hối | to regret, repent | dị " | to be sensitive |
| " hứng | to be inspired / inspiration | đa " | to be sentimental |
| " khải | to have pity for | hoài " | memory, remembrance |
| " kích | to be moved | mặc " | complex |
| " lạnh | to catch cold | thiện " | sympathy |
| " mạo | to catch cold | | |
| " mến | to grow fond of | | |
| " nắng | to suffer a sunstroke | | |
| " nghĩ | to feel / feelings | | |
| " nhiễm | to be contaminated | | |
| " niệm | to think with gratitude | | |
| " ơn | to thank | | |
| " phong | to catch cold (in the wind) | | |
| " phục | to respect and admire | | |
| " quan | the senses | | |
| " tạ | to thank | | |
| " tác | to compose under inspiration | | |
| " thán | to exclaim | | |
| " thông | to understand, commune | | |
| " thụ | to perceive, feel | | |
| " thử | See cảm nắng | | |
| " thương | to feel sorry for, have pity for | | |

# CÁO

1 to use as a pretext, feign (illness,...) so as to get out of something. 2 to report, say, announce. 3 to indict, accuse.

| | | | | | |
|---|---|---|---|---|---|
| cáo bạch | leaflet, handbill, brochure | | bá cáo | to disseminate |
| " bệnh | to feign illness | | báo " | to report |
| " biệt | to take leave of | | bị " | defendant |
| " cấp | to warn of danger | | bố " | to declare, proclaim |
| " chung | to announce its own end | | cảnh " | to warn |
| " cùng | to announce one's bankruptcy | | cẩn " | respectfully yours (at end of |
| " giác | to denounce | | | announcement) |
| " hồi | (of official) to resign | | kính " | See cẩn cáo |
| " hưu | to ask for retirement | | quảng " | to advertise |
| " lão | to resign because of old age | | tố " | to denounce |
| " lỗi | to excuse oneself | | vu " | to slander |
| " lui | to take leave | | | |
| " mệnh | order, command | | | |
| " ốm | to excuse oneself because of illness | | | |
| " phó | death announcement | | | |
| " phong | to honor (official's living parents) | | | |
| " tặng | to honor (official's parents) posthumously | | | |
| " thị | notice, announcement | | | |
| " thoái | to take leave | | | |
| " thụ | to honor (official) | | | |
| " trạng | charge, indictment | | | |
| " tri | to notify, inform | | | |
| " từ | to say goodbye | | | |

1 to cut. 2 to prepare a prescription (of Oriental medicine). 3 to break, sever, disrupt. 4 to cut out, cut off, detach. 5 to assign (to a task).

| | | |
|---|---|---|
| cắt áo | to make a dress/shirt | |
| " băng | to cut the ribbon (at opening ceremony) | |
| " canh | to take turns (as sentry) | |
| " cò | to overcharge | |
| " cụt | to shorten, cut off | |
| " cử | to give work assignments | |
| " đặt | See cắt cử | |
| " đầu | to behead | |
| " điện | to disconnect (electricity) | |
| " đứt | to break, sever (relations) | |
| " họng | See cắt cò | |
| " lần | See cắt lượt | |
| " lời | to interrupt (conversation) | |
| " lượt | to take turns | |
| " nghĩa | to explain | |
| " phiên | to rotate | |
| " rốn | to cut the umbilical cord | |
| " ruột | to be very chilly | |
| " thuốc | to fill a prescription | |
| " tiết | to slit the throat (of fowl, pig) | |
| " tóc | to give/get a haircut | |
| " vải | to cut cloth | |
| " xâu | to assign to corvée duties | |
| " xén | to clip, prune | |

cắt (ra) làm ba    to cut in three

Mớ lụa này cắt được hai áo.    You can make two blouses with this piece of silk.

cắt đứt quan hệ ngoại giao    to sever diplomatic relations

nơi chôn nhau/rau cắt rốn    one's native place, one's birthplace

Trời rét cắt ruột.    The weather was extremely chilly.

Mẹ cắt tóc cho con nhé!    Will you cut my hair, Mommy?

Anh ấy đi cắt tóc rồi.    He went to get a haircut.

25

to forbid, prohibit, ban.  cấm (không được) ăn trứng  to forbid somebody to eat eggs.

| | | | |
|---|---|---|---|
| cấm binh | palace guard | Cấm hút thuốc! | No smoking! |
| " cản | to prevent | Cấm dán giấy! | Post no bill! |
| " chỉ | to prohibit | | |
| " cố | to keep in solitary confinement | đồ quốc cấm | forbidden goods |
| " cung | (of young lady) to be secluded | lệnh cấm | prohibition |
| " cửa | to deny entrance | ngăn cấm | to forbid |
| " dục | to control sexual desire | nghiêm cấm | to prohibit strictly |
| " duyên | to prevent love affair | răng cấm | wisdom tooth |
| " địa | no man's land | rừng cấm | preserve, national forest |
| " đoán | to interdict, forbid (unfairly) | | |
| " khẩu | (of patient) to lose speech | | |
| " khu | restricted area | | |
| " kỵ | to avoid (as taboo) | | |
| " ngặt | to strictly forbid | | |
| " phòng | to go into religious retreat; | | |
| | to abstain from sexual relations | | |
| " quần | See cấm binh | | |
| " thành | forbidden city | | |
| " thịt | to forbid to eat/sell meat | | |
| " tiệt | to strictly forbid | | |
| " trại | (of soldiers) to be confined to | | |
| | barracks | | |
| " vận | embargo | | |
| " vệ | palace guard | | |

1  to hold, take hold of (cầm lấy).  2  to take.  3  to pawn.  4  to hold/tie down.  5  to keep, delay, retain (guest);  to stop (bleeding).  6  to hold back (tears).

| | | | |
|---|---|---|---|
| cầm bằng | to assume/consider as | cầm như | to consider as |
| "  bắt | to arrest, capture | "  quân | to command an army |
| "  bờ | (of ricefields) to be adjoining | "  quyền | to be in power |
| "  bút | to hold a pen | "  thư | to be an intellectual |
| "  cái | to be the banker (in card game) | "  tinh | to be born under the sign of |
| "  canh | to mark the watches;  (of sound) | | (an animal in Chinese zodiac) |
| | to continue, go on | "  trịch | to conduct (orchestra);  to be |
| "  cân nảy mực | to control, manage fairly | | in control |
| "  chắc | to be dead sure | "  tù | to keep in jail |
| "  chân | to hold, contain | | |
| "  châu | to give a drumbeat as judge of | giam cầm | to arrest, incarcerate |
| | a singer's performance | | |
| "  chừng | to take it easy, maintain a | nhà cầm quyền | authorities |
| | holding pattern | hiệu/tiệm cầm đồ | pawnshop |
| "  cố | to pawn, hock | | |
| "  cữ | (new mother) to observe strict | cầm đi | to take away |
| | diet | "  lại | to bring/take back |
| "  cự | to resist, withstand (in fight, | "  đi cầm lại | to bring back and forth;  to |
| | war) | | pawn repeatedly |
| "  cương | to hold the reins | "  ra | to bring out |
| "  đầu | to lead | "  vào | to bring in |
| "  đồ | to pawn (personal effects) | "  lên | to bring up |
| "  giữ | to keep, hold, retain | "  xuống | to bring down |
| "  họ | to head a private savings and | "  sang | to bring over |
| | loan fund | "  về | to bring back |
| "  hơi | in order not to starve | "  đến/tới | to bring/take to |
| "  khách | to delay one's guest | | |
| "  lái | to drive (car), fly (plane) | cầm lấy | to take (hold of) |
| "  lòng | to hold back emotions | | |
| "  lòng | to be quite sure | | |
| "  máu | to stop the bleeding | | |
| "  mầu | mordant | | |

1. to raise (fishnet, one's voice, one's head).   2  to erect (structure, roof).   3  to get rid of (responsibility, burden).   4  to take away, relieve.   5  to put away, store (money, merchandise).   6  to distill.

| | | | | |
|---|---|---|---|---|
| cắt binh | to send troops to battle | | cắt quân | See cắt binh |
| "  bút | to start to write | | "  quyền | to take away authority |
| "  bước | to start a journey | | "  rượu | to distill alcohol |
| "  cánh | (of plane) to take off | | "  tiếng | to raise one's voice to sing |
| "  chén | to raise one's wine cup | | "  vó | (of horse) to take off, |
| "  chức | to dismiss | | | gallop off |
| "  công | to make efforts, take the trouble | | | |
| "  cơn | to stop a fever | | cắt đi | to put/store away |
| "  cử | to appoint (capable person) | | "  lên | to raise to (level, rank) |
| "  dọn | to put in order, clean up | | "  tiền vào tủ két | to put money in the safe |
| "  đám | to start a funeral | | | |
| "  đầu | to raise one's head;  to be | | nước cất | distilled water |
| | liberated from oppression | | | |
| "  gánh | to shoulder a pole load;  to get | | | |
| | rid of a burden | | | |
| "  giấu | to hide | | | |
| "  giọng | to raise one's voice to sing | | | |
| "  hàng | to load merchandise (for delivery) | | | |
| "  lẻn | See cắt lẻn | | | |
| "  lẻn | to sneak out, act on the sly | | | |
| "  mả | to transfer a relative's remains | | | |
| | to permanent gravesite | | | |
| "  miệng | to open one's mouth | | | |
| "  mình | to move one's body | | | |
| "  mộ | See cắt mả | | | |
| "  mồm | See cắt miệng | | | |
| "  nhà | to build a house | | | |
| "  nhắc | to move a little;  to help, | | | |
| | promote | | | |
| "  nóc | to build a roof | | | |
| "  phần | to deny somebody his share | | | |

1 to wish for. 2 to pray. 3 to seek.

| | | | |
|---|---|---|---|
| cầu an | to lack fighting spirit | cung cầu | supply and demand |
| " ẩn | to ask for a favor | khẩn " | to entreat |
| " cạnh | to request favors | nguyện" | to pray |
| " cơ | to consult a medium | thỉnh " | to invite, request |
| " cứu | to ask for help | yêu " | to request / need |
| " đảo | to pray for rain | | |
| " hiền | to seek talent for public service | cầu được ước thấy | to have one's wishes fulfilled |
| " hoà | to sue for peace | cầu Trời khấn Phật | to pray to Heaven and to |
| " hôn | to propose marriage | | Buddha |
| " hồn | to say a Catholic requiem | cầu toàn trách bị | to be a perfectionist |
| " khẩn | to entreat, plead | thực sự cầu thị | to search for the truth |
| " kinh | to pray | mãi quốc cầu vinh | to sell one's country for |
| " kỳ | to be far-fetched | | one's own vanity |
| " mát | to pray for peace in the summer-time | | |
| " may | to try one's luck | | |
| " nguyện | to pray | | |
| " phong | (of Vietnamese emperor) to seek recognition from China | | |
| " phong | to pray for the wind | | |
| " siêu | to say a Buddhist requiem | | |
| " tài | to seek wealth | | |
| " thân | to seek a marriage alliance | | |
| " thị | to search for the truth | | |
| " thực | to make a living | | |
| " tiên | to pray for a message or assistance from immortals | | |
| " toàn | to seek perfection | | |
| " tự | to pray for a male heir | | |
| " viện | to seek foreign assistance | | |
| " vinh | to seek honors (by acting as a quisling) | | |
| " yên | See cầu mát | | |

1 to grow bored/impatient, tire of, be fed up with.  2 to be boring, dull, tedious, tiresome, vapid.

| | | | |
|---|---|---|---|
| chán bứ | to get tired of (mealy, oversweet food) | chán phim cao-bồi | to lose interest in cowboy movies |
| " chẻ | to eat/drink too much; to wait too long | nhìn không biết chán | not to grow tired of looking at something |
| " chết | to be very boring | chán đến mang tai | to be (sick and)tired of (a dish) |
| " chường | to be sick and tired | chán như cơm nếp nát | as dull as mushy sticky rice |
| " đời | to be tired of living | | |
| " ghét | to hate, loathe | Chán người nghèo mà giỏi! | There's no lack of people who are poor yet very competent. |
| " mắt | to enjoying seeing until one's eyes get strained; to sleep many hours | | |
| " mớ đời | to be such a bore | | |
| " nản | to be discouraged | | |
| " ngán | to tire of | | |
| " ngắt | to be very dull, boring | | |
| " ngấy | to grow tired of (food) | | |
| " phè | to be dull, colorless | | |
| " tai | not to want to hear any more | | |
| " vạn | no lack of,.., tons of... | | |

30

1 to run. 2 to run away, flee, retreat. 3 to make a quick trip/visit. 4 to run in a race. 5 (of engine, clock) to work, be in operation. 6 to move, carry (mail). 7 to put away, rescue something (in case of fire, rain, flood). 8 to seek (money, food, medicine, job).

| | | |
|---|---|---|
| chạy ăn | to eke out a living | |
| " bữa | to live from meal to meal, live from hand to mouth | |
| " chọt | to take the necessary steps | |
| " chữa | to try to repair/cure | |
| " của | to hide away one's wealth | |
| " dài | to run away because of defeat | |
| " đàn | to conduct Buddhist or Taoist mass | |
| " đua | to race, compete | |
| " gạo | to eke out a living | |
| " giặc | to take refuge in wartime | |
| " giấy | to carry messages/mail | |
| " hậu | (of measles, smallpox) to develop complications | |
| " hiệu | (of theater extras) to run on stage, carrying flags and weapons; to play lackey's role | |
| " làng | to refuse to pay upon losing a game | |
| " loạn | to take refuge in wartime | |
| " mả | to move a gravesite | |
| " máy | to operate an engine | |
| " nọc | (of venom) to spread throughout the victim's body | |
| " quanh | to run around | |
| " rông | to run aimlessly here and there | |
| " tang | to avoid funeral taboo about marriage | |
| " thầy chạy thợ | to seek the help of an influential person | |

| | | |
|---|---|---|
| chạy thầy kiện | to seek a lawyer | |
| " thi | to race | |
| " tiền | to try to raise money; to bribe (an official) | |
| " trốn | to flee, run away | |
| " vạy | to shift, manage, inquire (to get things done or obtain favor) | |
| " việc | to try hard to get a job; to be expeditious | |

| | | |
|---|---|---|
| chạy đi | to run away | |
| " lại | to run toward | |
| " đi chạy lại | to run back and forth | |
| " ra | to run out(side) | |
| " vào | to run in(side) | |
| " tới | to run forward | |
| " lui | to run backward | |
| " lên | to run upward | |
| " xuống | to run downward | |
| " qua/sang | to run across/over | |
| " về | to run back (to) | |

Tôi phải chạy xuống phố. I have to run downtown.

| | |
|---|---|
| cuộc chạy đua võ trang | the arms race ♥ |
| chạy ba chân bốn cẳng | to run at full speed |
| chạy bán sống bán chết | to run for one's life |
| chạy cắm đầu cắm cổ | to run headfirst |
| chạy như cờ lông công | to run madly around (like postmen of old times) |

1  to create, manufacture, process.  2  to brew, concoct.  3  to establish, control.

| chế biến | to adapt | bào | chế | to prepare drugs |
|----------|----------|-----|-----|------------------|
| "  chỉ | to prevent, hold back | bình | " | military system |
| "  dục | to restrain one's desire | chuyên | " | to be tyrannical |
| "  định | to determine, decide;  to cali- | định | " | institution |
|  | brate | hạn | " | to limit, control |
| "  độ | system, regime, -ism | học | " | educational system |
| "  hoá | to process, treat | pháp | " | legislation |
| "  khoa | special exam | quan | " | civil service system |
| "  liệu | materials, ingredients | quản | " | to control |
| "  ngự | to control, restrain, bridle, | qui | " | statute |
|  | inhibit, dominate | sáng | " | to invent, create |
| "  phẩm | product | tiết | " | to control, moderate |
| "  phục | uniform:  mourning dress | tự | " | self-restraint |
| "  tác | to create, invent |  |  |  |
| "  tạo | to manufacture, make |  |  |  |
| "  ước | to control |  |  |  |

# CHẾT

1 to die. 2 (of machine, clock) to stop, (of car) to be stalled.

| | | |
|---|---|---|
| chết bệnh | to die of illness | |
| " cay chết đắng | to hurt a lot | |
| " cha! | Gee whiz! Oh, no! | |
| " chẹt | to be run over; to be caught in between | |
| " chìm | to drown | |
| " chóc | death, massacre | |
| " chưa! | Oh, no! (I told you so) | |
| " chưa! | See chết chưa! | |
| " cóng | to be numb | |
| " cứng | to display rigor mortis; to be in deep trouble | |
| " dở | to be in a bind | |
| " dở sống dở | to be in a bind/dilemma | |
| " đi | to die, pass away | |
| " đi sống lại | to have been gravely ill | |
| " điếng | to have killing pain | |
| " đói | to starve to death | |
| " đói chết khát | to crave for | |
| " đòn | to get a good spanking | |
| " đuối | to be drowned | |
| " dừ dừ | to be very dead | |
| " đứng | to be shocked to death | |
| " gí | to lie flat without stirring | |
| " già | to die of old age; to die an old spinster | |
| " giả | to swoon, faint | |
| " giấc | to swoon | |
| " giảm | to die miserably | |
| " hại | to die (in disaster) | |
| " hụt | to miss death (narrowly) | |
| " khiếp | to be scared to death | |
| " mê chết mệt | to be madly in love | |
| " ngạt | to be suffocated | |

| | | |
|---|---|---|
| chết ngất | to faint, swoon | |
| " ngốt | (heat) to be suffocating | |
| " người | to be fatal, be lethal; extremely | |
| " như rạ | to die in great numbers | |
| " non | to die young | |
| " nỗi! | Gee! (I'm sorry) | |
| " oan | to die innocently or unjustly | |
| " rấp | to die miserably | |
| " rồi! | Good God! Oh, no! | |
| " rũ | to die of exhaustion | |
| " sống | in any event, at any cost | |
| " thẳng cẳng | to lie as a corpse | |
| " thật! | See chết chưa! | |
| " tiền | to cost a lot of money | |
| " tiệt | damned | |
| " toi | (of cattle) to die in an epidemic | |
| " trôi | to die by drowning (body drifting) | |
| " trương | to die with body puffed up | |
| " tươi | to die on the spot | |
| " yểu | to die young | |

| | | |
|---|---|---|
| bắn chết | to shoot dead | |
| cắn " | to bite/sting to death | |
| đánh " | to beat to death | |
| đâm " | to stab to death | |
| giết " | to kill, murder | |
| liều " | to risk death | |
| xác " | corpse, body | |

Ấy chết! đừng nói thế! Hey, don't say that!

Sướng chết đi còn giả vờ! Don't pretend! I know you're elated.

1 to point at. 2 to guide, give directions. 3 to indicate.

| | | |
|---|---|---|
| chỉ bảo | to advise, instruct, guide, direct | |
| " danh | to mention names | |
| " dẫn | to explain, inform, show, guide | |
| " đạo | to guide, advise | |
| " điểm | to tell, denounce, inform | |
| " định | to assign | |
| " đường | to show the way; to direct traffic | |
| " giáo | (of superior, teacher) to show or teach | |
| " hiệu | indicator | |
| " huy | to direct, conduct, command | |
| " huy phó | second in command; assistant commandant | |
| " " trưởng | commanding officer; commander or commandant | |
| " kế | meter, indicator | |
| " nam | compass; guide (book) | |
| " số | index; salary rating | |
| " thị | directive, instructions, order | |
| " thiên | to point to the sky | |
| " tiêu | norm | |
| " trích | to criticize | |
| " trỏ | to point here and there | |
| " tự | index letter | |
| " vẽ | to show how | |

| | |
|---|---|
| chỉ ra | to point outside |
| " vào | to point inside |
| " lên | to point upward |
| " xuống | to point downward |
| " sang | to point (across) to |
| " về | to point toward |

# CHỊU

1 to suffer, stand, bear, endure, put up with. 2 to agree, be willing, consent. 3 to accept, receive. 4 to give up (in fight, contest). 5 to owe (money, favor), buy on credit.

| | | |
|---|---|---|
| chịu ăn | (of infant) to have a bigger appetite | |
| " chết | to be helpless (despite danger, poverty) | |
| " chơi | to be quite a swinger/a fun-seeker | |
| " chuyện | to enjoy listening to | |
| " chức | to be ordained | |
| " cực | to endure hardship | |
| " dực | (of sow, bitch) to submit to her mate | |
| " dựng | to stand, endure | |
| " ép | to yield to pressure | |
| " hàng | to surrender | |
| " khó | to take pains | |
| " lãi/lời | to have to pay interest | |
| " lễ | to accept gifts (preceding a marriage proposal); to receive sacrament | |
| " lỗ | to suffer loss in business | |
| " lỗi | to take the blame, confess one's mistake | |
| " lời | to accept a proposition | |
| " luy | to accept an inferior status | |
| " lửa | to be heat-resistant | |
| " nhịn | to be resigned | |
| " non | to quit early after losing (in game) | |
| " nóng | See chịu lửa | |
| " ơn | to be grateful to | |
| " phép | to admit defeat | |
| " tải | to stand the load | |
| " tang | to enter mourning period | |

| | | |
|---|---|---|
| chịu thua | to give up, admit defeat | |
| " thuốc | to respond well to medication | |
| " thương chịu khó | | to be long-suffering |
| " tội | to expiate one's crime | |
| " tốt | to yield | |
| " trận | to assume responsibility | |
| " trống | (of hen) to submit to her rooster | |

| | | |
|---|---|---|
| ăn chịu | to eat on credit | |
| bán " | to sell on credit | |
| cho " | to grant credit | |
| dễ " | to be easy to bear; to be comfortable | |
| khó " | to be hard to bear; to be unwell | |
| mua " | to buy on credit | |

Chịu không? -- Chịu.　　Do you agree? -- Yes, I do.

Chịu chưa? -- Chịu rồi.　　Have you given up? -- Yes, I give up.

Tôi chịu không nổi nữa rồi.　　I can't stand it any more.

Không ai chịu ai.　　They don't yield to one another.

Tôi chịu anh ta là người nhớ dai.　　I must admit he has an elephant's memory.

Cô ta không chịu đợi lâu hơn nữa.　　She wouldn't wait any longer.

1 to give, hand. 2 to give out, produce. Cây này cho nhiều quả. This tree bears a lot of fruit. 3 to pay, repay, remit. Xin các bạn cho niên liễm. Please give me your annual dues. 4 to sell. Xin bà cho năm bao diêm. Please sell me five match boxes. 5 to apply, put, add. cho dầu vào ổ bi to put oil into the ball bearing. Chị cho nhiều muối quá. You put too much salt. 6 to lead, drive. cho trâu đi ăn cỏ to lead the water buffalo to grazing. 7 to think, consider. Tôi cho làm thế là phải. I think it's correct to act that way. 8 to let (somebody borrow, rent), permit, allow. 9 to; for (the benefit of), on behalf of.

| | | | |
|---|---|---|---|
| cho ăn kẹo | by no means (dares he/she...) | dù cho | even though |
| " biết | given... (in math problem) | khiến cho | to cause, make |
| " biết tay | so that he/she would realize | làm " | to cause, make |
| | a person's power | mặc " | to leave/let... at will |
| " bõ | to make it worthwhile | | |
| " bõ ghét | so as to punish | X. gửi sách cho tôi. | X. sent books to me. |
| " cái | to determine who goes first (in | X. gửi cho tôi bao nhiêu là sách! | X. sent me |
| | card game) | so many books! | |
| " chết | the hell with...! | X. bán nhà cho tôi. | X. sold me a house; X. |
| " đánh | to have peace of mind | sold a house for me. | |
| " đến | even | Bà để tôi bán cho. | Let me sell (it) for you. |
| " được | in order to | | |
| " hay... | it's well known that... | sách cho thiếu nhi | book(s) for youngsters |
| " không | to give away | Tất cả cho sản xuất! | Everything for production! |
| " mượn | to lend, let somebody borrow | có hại cho sức khỏe | harmful to one's health |
| | (tool, cash, name, etc.) | chẳng may cho nó | unfortunately for him |
| " nên | that's why, so | Tôi muốn học tiếng Việt cho thật giỏi. | I want |
| " phép | to permit, allow, enable | to learn Vietnamese real well. | |
| " rồi | might as well... | | |
| " thuê | to rent, let (house, car) to | | |
| | somebody | | |
| " vay | to lend, let somebody borrow | | |
| | (cash, sugar, etc.) | | |
| " về | to divorce (one's wife) | | |

1 to oppose, resist, to be against, anti-.  2 to support, to lean against, prop up.

| | | |
|---|---|---|
| chống án | | to appeal (a sentence) |
| " | bảng | to protest, criticize |
| " | cãi | to deny, contradict |
| " | càn | to fight against mopping-up operations |
| " | chế | to rationalize, defend oneself |
| " | chiến xa | anti-tank |
| " | chọi | to fight back (a superior force) |
| " | cộng | to oppose communism |
| " | cự | to resist |
| " | đối | to oppose / opposition |
| " | đỡ | to defend, protect;  to resist |
| " | đũa | to eat daintily |
| " | gậy | to use a walking stick;  (of man) to walk (backward) leaning upon a cane behind one's father's funeral hearse |
| " | hạn | to fight a drought |
| " | lại | to be against, fight |
| " | lò | to shore up a mine gallery |
| " | nạnh | with arms akimbo |
| " | nẹ | to lean on one's elbow(s) |
| " | nhảy dù | anti-airborne |
| " | phi cơ | antiaircraft |
| " | sét | lightning arrester/rod |
| " | tay | to lean on one's elbow(s) |
| " | thuyền | to punt a boat |
| " | trả | to resist |
| " | úng | to drain water from flooded rice-field |

chèo chống — to row and punt;  to cope with difficulties

chống bệnh khoẻ — disease resistant

chống chiến tranh — to be anti-war

chống đế quốc và tay sai — to fight imperialists and their lackeys

chống lụt, chống bão — flood and typhoon control

chống Mỹ cứu nước — to resist America for national salvation

chống tư-tưởng hoà bình — to oppose pacifism

phong trào chống nạn mù chữ — the literacy campaign

thuốc chống ẩm — dehumidifier

1 to play, amuse oneself. 2 to play (game, cards, sport, instrument). 3 to collect, keep (stamps, coins).

| chơi | ác | to play a dirty trick on somebody | ăn | chơi | to eat for fun; to be a playboy |
| " | bài | to play cards | | | |
| " | bi | to shoot marbles | bốn món ăn | " | the four assorted appetizers |
| " | bời | to be a playboy, lead a gay life, live a dissolute life | chơi | " | to play for fun (not for money) |
| " | chua | to act funny | | | |
| " | chữ | to play on words | dễ như | " | easy as ABC |
| " | cờ | to play chess | giờ (ra) | " | break, recess |
| " | cửa trên | to be arrogant | đi | " | to go for a stroll; to go and visit |
| " | đàn | to play an instrument | | | |
| " | đáo | to play hopscotch | đồ | " | toy |
| " | đùa | to play | đến | " | to (come and) visit |
| " | khăm | to play a nasty trick (on somebody) | nói | " | to kid |
| | | | sân | " | playground |
| " | lu bù | to have round after round of fun (literally & pejoratively) | trò | " | game |
| " | ngang | to commit adultery | | | |
| " | nghịch | to be mischievous | | | |
| " | ngông | to be extravagant | | | |
| " | nhau | to fight each other | | | |
| " | nhởn | to fool around | | | |
| " | phiếm | to fool around | | | |
| " | rừng | to play dirty (in ball game) | | | |
| " | ten-nít | to play tennis | | | |
| " | trèo | to keep company with older or wealthier people; to dare to be against elders | | | |
| " | trội | to try to excel | | | |
| " | xuân | to enjoy New Year's festivities | | | |

1  to concentrate on.   2  to specialize in.

| | | | | | |
|---|---|---|---|---|---|
| chuyên | biệt | to be specific | chuyên | trách | to be responsible;  full time |
| " | canh | to specialize in a certain crop | " | trị | (of physician) to specialize |
| " | cần | to apply oneself, be industrious | | | in (some ailments) |
| " | chế | to be autocratic, dictatorial | " | tu | to get special training |
| " | chính | to be dictatorial / dictatorship | " | ước | special treaty |
| " | chú | to apply oneself | " | viên | expert, technician |
| " | cứu | See chuyên khảo | | | |

" doanh   to specialize in a certain mer-
          chandise

X. chuyên nghề viết văn.    X. is a (profession-
     al) writer.

" dùng   to be specialized

" đề   specific topic

Ruộng này chuyên trồng ngô.   This field is de-
     voted to corn-growing.

" gia   specialist, technician

" hoá   (of organ, cell) to change ac-
         cording to its own function

X. chuyên nói khoác.   X. is an inveterate
     braggart.

" khảo   to deal specifically / monograph,
          study

một cán bộ vừa hồng/đỏ vừa chuyên   both a good
     communist party member and an expert cadre

" khoa   specialty;  major (course of
          study)

" luận   monograph, study

" mại   monopoly

" môn   to specialize in / specialty

" môn hoá   to specialize

" ngành   specialty

" nghiệp   specialty, skill, trade / profes-
            sional, specialist;  vocational

" nhất   to be devoted to one thing;  to
          be consistent

" nhượng   concession

" quyền   to be autocratic, despotic

" san   learned journal (of particular
         field);  special issue

" sử   special history, biography

" tâm   to concentrate on

1 to forward (mail). 2 to transport, convey, transfer (goods). 3 to shift, move (from one topic to the next). 4 to change, budge. 5 to shake.

| | | | | | |
|---|---|---|---|---|---|
| chuyển | bánh | to start off | chuyển | vận | to transport;  set in motion |
| " | bệnh | (illness) to improve | " | về | (math) to move |
| " | biến | to change | " | vị | to transpose |
| " | bụng | to start to have labor pains | " | xạ | to shift |
| " | cấp | transfer | | | |
| " | chú | to change the shape of a | biến | chuyển | to change |
| | | Chinese character | di | " | to move |
| " | dạ | to start of have labor pains | lay | " | to move, budge |
| " | dịch | to transcribe;  to transfer | thuyên | " | to move, reshuffle (personnel) |
| " | dời | to move | | | |
| " | đạt | to transmit, convey | | | |
| " | đệ | to transmit, forward | | | |
| " | độ | shift (artillery) | | | |
| " | động | to move | | | |
| " | giao | to hand over | | | |
| " | giạt | to drift | | | |
| " | hình | restitution | | | |
| " | hoá | to change, derive | | | |
| " | hoán | complete evolution | | | |
| " | hướng | to change direction | | | |
| " | khoản | to transfer | | | |
| " | lưu | carrier | | | |
| " | mại | to resell, sell again | | | |
| " | ngành | to transfer to another | | | |
| | | sector/branch | | | |
| " | ngân | to transfer funds | | | |
| " | ngữ | medium of instruction | | | |
| " | nhượng | to transfer, cede | | | |
| " | quân | troop movement | | | |
| " | tả | to transcribe, record | | | |
| " | thảo | to transcribe | | | |
| " | tiếp | transition | | | |
| " | vận | to turn around, revolve | | | |

1 to prove, demonstrate.  2 (of supernatural power) to know, witness, consider.  3 evidence, proof.

| | | |
|---|---|---|
| chứng | chỉ | certificate |
| " | cớ | evidence, proof |
| " | cứ | evidence, proof |
| " | dẫn | to produce evidence |
| " | giải | to explain and demonstrate |
| " | giám | (of deity) to witness |
| " | khoản | stock, bond |
| " | kiến | to (eye)witness |
| " | lý | reason (used as evidence) |
| " | minh | to prove;  to certify |
| " | minh thư | I.D. card |
| " | nghiệm | to verify |
| " | nhân | witness |
| " | nhận | to certify |
| " | quả | to attain enlightenment |
| " | tá | witnesses |
| " | thư | certificate, testimonial |
| " | thực | to certify as authentic |
| " | thương | medical certificate (proving battery) |
| " | tỏ | to prove |
| " | tri | (of deity, dead ancestor) to know of, witness |
| " | từ | supporting document, proof |

| | | |
|---|---|---|
| bút | chứng | written evidence |
| dẫn | " | to cite (as evidence) |
| làm | " | to be a witness |
| nhân | " | witness |
| triệu | " | symptom |

Điều ấy đủ chứng là nó gian.    That is enough to prove that he's dishonest.

Thần thánh nào chứng cho mày!    No god will even consider your case!

1 to exist, be present. Có động đất. There was an earthquake. 2 to have, own, possess. Nhật-bản có động đất, nhưng không có nhiều núi lửa. Japan has earthquakes, but it doesn't have many volcanoes. 3 (emphatic) do, does, did. Có, tôi có hỏi rồi. Yes, I _did_ ask. Anh có đi thì tôi chờ. If you're going, I'll wait for you. 4 (auxiliary) Anh có mua không? Did you buy any? Có xa không? Is it far? 5 only. Nó (chỉ) ăn có một quả chuối. He only ate a banana. 6 (in prohibition) đừng/chớ có nói dối. Don't you lie!

| | | | | | |
|---|---|---|---|---|---|
| có án | to have had a police record | | có học | to be an educated person | |
| " ăn | to be fairly well-off | | " hứng | to have inspiration | |
| " bắt ăn | to have enough to eat | | " ích | to be useful | |
| " bầu | to be pregnant | | " khi | at times; perhaps | |
| " bụi | to be in mourning | | " kinh | to menstruate | |
| " bụng | to have a kind heart | | " lẽ | to be right / perhaps | |
| " chăng | if at all; yes or no | | " (lẽ) phép | to be polite, courteous | |
| " chí | to have determination; to have the will/ambition | | " lòng | to have a kind heart | |
| | | | " lỗi | to be guilty | |
| " chuyện | to be eventful; there is trouble | | " lý | to be reasonable, correct, logical | |
| " chửa | to be pregnant | | | | |
| " công | to take pains; to contribute (to a task) | | " mã | to have a good appearance | |
| | | | " mang | to be pregnant | |
| " của | to be wealthy | | " mầu mặt | to be well-to-do | |
| " dáng | to look well, look distinguished | | " mặt | to be present | |
| " duyên | to be charming, be witty | | " mẽ | See có mã | |
| " dư | to have more than enough | | " mòi | there is a possibility that, it looks as if | |
| " đầu óc | to have a good head, have ambitions | | | | |
| | | | " một (không hai) | to be unique | |
| " đi có lại | to give and take | | " mùi | to have an offensive odor | |
| " điều | however,... | | " nết | to be well-behaved | |
| " đôi bạn | to be married | | " nghì | See có nghĩa | |
| " hạn | to be limited | | " nghĩa | to be loyal, righteous; to have meaning; to mean, denote | |
| " hạnh | to be well-behaved, have good morals | | | | |
| | | | " nhân | to be kind, benevolent | |
| " hậu | to have a happy ending; to have consistent decency | | " nhẽ | See có lẽ | |
| | | | " phép | to be polite; to have permission | |
| " hiếu | to be filial | | | | |

| | | | | |
|---|---|---|---|---|
| có phúc | to be blessed with happiness or good fortune | giàu có | to be wealthy | |
| " phước | See có phúc | hiếm " | to be rare | |
| " sách | to act according to the book | ít " | to be rare | |
| " sẵn | to have something ready on hand | | | |
| " số | to be predetermined by fate | một câu chuyện chẳng có đầu có đuôi gì cả    an | | |
| " tang | to be in mourning | incoherent story | | |
| " tật | to have a physical defect;  to have the habit of | có bề gì/nào thì...    if something should happen,... | | |
| " thai | to be pregnant | có da có thịt    to become less skinny, put on some weight | | |
| " thế | to have influence | | | |
| " thế | thus, that way | có tật giật mình    (of guilty person) to be jumpy | | |
| " thể | to be able to / possibly | | | |
| " tiếng | to be famous | có mới nới cũ    to give up old (things, friends) for new (ones) | | |
| " tình | to be in love;  to show consideration | | | |
| " tội | to be guilty | | | |
| " tuổi | to be advanced in age | | | |
| " vấn đề | to present a problem | | | |
| " vẻ | to appear, look;  to look neat / cool | | | |
| " vú | to be a mammal | | | |
| " ý | to be subtle, considerate;  to connote;  to intend | | | |

1 to see, look at, read, watch. 2 to consider, regard. 3 to take care of, look after, watch over, tend, guard. 4 to consult (horoscope,...). 5 to appear, seem.

| | | |
|---|---|---|
| coi bói | to consult a fortune teller | |
| " bộ | to look (as if), appear | |
| " chừng | to be careful, look out | |
| " cốt | to consult a medium | |
| " hướng | to choose good orientation (for homesite, gravesite) | |
| " khinh | to look down on | |
| " kiếng | to look in the mirror; to wear glasses | |
| " mạch | to feel the pulse | |
| " mắt | See coi vợ | |
| " mặt | See coi vợ | |
| " mòi | to look as if | |
| " ngày | to consult almanac (for auspicious day) | |
| " nhẹ | to take lightly | |
| " quẻ | to consult a fortune teller | |
| " sóc | to take care, look after | |
| " tay | to read palm | |
| " thường | to underestimate | |
| " trọng | to pay attention to | |
| " tuổi | to consult the horoscope (before a marriage) | |
| " tử vi | to consult the horoscope | |
| " tướng | to consult a physiognomist | |
| " vợ | to pay first visit to the home of prospective bride | |

trông coi    to look after

Nhớ coi giờ nhé!    Remember to watch the time/ clock.

Để nó viết coi!    Let him write it, and we will see.

Nó chẳng coi ai ra gì.    He has no consideration for anybody.

coi Trời bằng vung    to have no regard/respect for anyone, to be reckless

coi như (là) mất    assumed lost

Nó coi bố như quân thù quân hằn.    He looks upon his father as an enemy.

1 to remain, be left. Đường còn không? or Còn đường không? Is there some sugar left? -- Còn. Yes, there's some left. Tôi còn sáu mươi đồng. I have 60 dongs left. 2 still (vẫn còn). Anh ấy vẫn còn thức. He's still up. Tôi còn sáu mươi đồng nữa. I still have 60 more dongs. 3 as for, as to. 4 as long as.

| | | |
|---|---|---|
| còn chi | what is there left? there's nothing left of | |
| " duyên | to be still beautiful (or charming); be still attached to | |
| " đầu | to be all gone | |
| " đường | to be still all right; to be still usable | |
| " gì | what is there left? there's nothing left of | |
| " hơn | to be better than | |
| " lại | to remain (after deduction) | |
| " mệt | it'd be a tough job to (keep up with...) | |
| " mồ ma | during a person's lifetime | |
| " ngòi | not to be cooked yet | |
| " nguyên | to be intact | |
| " như | as for, as to | |
| " nữa | (at end of article) to be continued | |
| " phải nói | it goes without saying | |
| " trinh | to be a virgin | |
| " xơi | it will be a long while (before something happens) | |
| " xuân | to be still young | |
| " về | as for, as to | |

chuyện sống còn    a matter of survival

một mất một còn    a decisive battle

Kẻ còn, người mất.    Some still living, others, gone.

Thà chết còn hơn.    I'd rather die than do that.

Đã không trả tiền thì chớ, lại còn đánh người ta. Not only did he refuse to pay, but he also beat up the guy.

Ông ấy đã vậy, nhưng còn các ông kia thì sao? O.K. if he's like that, but how about the other gentlemen?

Chậm còn hơn không.    Better late than never.

Còn nước còn tát.    You keep trying as long as there's hope.

Thế thì còn gì bằng!    Great! Terrific! (Nothing beats it then).

45

CỘNG

1 to add. 2 to share, get together. 3 communism.

| | | |
|---|---|---|
| cộng biến | covariant | |
| " đồng | to be common, collective / community | |
| " giới | (Law) party wall | |
| " hoá trị | co-valence | |
| " hoà | republic / to be republican | |
| " hưởng | to enjoy together | |
| " hưởng | resonance | |
| " hữu | common property | |
| " lao | to toil together | |
| " quản | condominium (government) | |
| " sản | communism / to be communist | |
| " sinh | symbiosis | |
| " sự | to work together | |
| " sự viên | colleague, coworker | |
| " tác | to collaborate (với with) | |
| " tác viên | collaborator | |
| " tồn | to co-exist | |

cộng vào — to add (to)
cộng với — to add (to)
cộng đi cộng lại — to add and add (several times), do a sum repeatedly

phát triển cộng đồng — community development
thư viện công cộng — public library
chuyển chở công cộng — public transportation
đảng Cộng hoà — the Republican Party
đảng Cộng sản — the Communist Party

bất cộng đái thiên — to be deadly enemies; to be mutually exclusive
đồng lao cộng khổ/tác — to toil and suffer together

| | | |
|---|---|---|
| bài cộng | anti-communist |
| chống " | anti-communist |
| công " | public |
| Mỹ " | U.S. communists |
| phản " | anti-communist |
| thân " | pro-communist |
| thiên " | pro-communist |
| tính " | addition, sum |
| tổng " | total |
| Trung " | Chinese Communists |

1 to appoint, send, assign.  2 to cite (example).  3 to play (music).

| | | |
|---|---|---|
| cử ai | (of bereaved people) to cry, to weep (in funeral) | |
| " binh | to raise an army | |
| " bôi | to lift one's cup | |
| " chỉ | gesture, attitude | |
| " động | to move / motion, movement | |
| " hành | to perform, celebrate (a ceremony) | |
| " lễ | to celebrate | |
| " nghiệp | (of educational system) to be examination-conscious/oriented | |
| " nhạc | to start to play music | |
| " nhân | bachelor's degree | |
| " sự | to start | |
| " tạ | to lift weights | |
| " toạ | the audience | |
| " tri | voter | |
| " tri đoàn | electorate | |
| " tử | candidate in examination | |

| | | |
|---|---|---|
| bầu | cử | to elect |
| công | " | to elect |
| đắc | " | to get elected |
| đề | " | to nominate |
| tái | " | to reelect |
| tiến | " | to recommend |
| trúng | " | to get elected |
| ứng | " | to be a candidate (in election) |

Chúng tôi cử ông ấy làm đại-biểu/đại-diện.
We appointed him our representative.

Ông ấy được cử làm quan-sát-viên thường-trực của Việt-nam. He was appointed Vietnam's Permanent Observer.

Tôi xin đơn-cử một ví-dụ này.    Let me cite just this one example.

1 to laugh, smile.  2 to laugh at, mock, ridicule.

| | | | |
|---|---|---|---|
| cười ầm | to roar with laughter | cười rũ (rượi) | to crack up, break up |
| " bò | to roll in the aisles | " ruồi | to laugh flatteringly |
| " chê | to laugh at, deride | " sằng sặc | to break up |
| " chúm chím | to smile | " thầm | to laugh up one's sleeve |
| " cợt | to laugh and joke | " tình | to laugh amorously |
| " duyên | to smile in coyness | " toe toét | to titter |
| " đứt ruột | to die laughing | " trừ | to laugh in embarrassment |
| " gằn | to chuckle | " tủm (tỉm) | to smile |
| " giòn | to laugh crisply | " vỡ bụng | to die laughing (because of a joke) |
| " góp | to laugh with others | | |
| " gượng | to smirk, smile despite sorrow | " xòa | to laugh away |
| " ha hả | to laugh uproariously | | |
| " hềnh hệch | to chortle | bật cười | to burst out laughing |
| " hì hì | to laugh | buồn " | to feel like laughing; to be funny/comical |
| " khà | to laugh a rasping laugh | | |
| " khan | to laugh to oneself | chê " | to laugh at, deride |
| " khanh khách | to cachinnate | mỉm " | to smile |
| " khảy | to chuckle | nhịn " | to keep from laughing |
| " khì | to laugh a sincere laugh | nực " | to be funny/comical |
| " khúc khích | to giggle | túc " | See nực cười |
| " lăn | to roll in the aisles | tươi " | to beam, be jovial |
| " mát | to laugh sarcastically | vui " | to be merry |
| " mỉm | to smile | | |
| " mũi | to laugh through one's nose | nụ cười | smile |
| " ngặt nghẽo | to be in stitches | tiếng " | laughter |
| " ngặt nghẹo | to be in stitches | trò " | joke; laughing stock |
| " nhạt | to snicker, fake a smile | | |
| " nhăn nhở | to grin | | |
| " nụ | to smile | | |
| " nửa miệng | to smile half-way | | |
| " ò | to roar with laughter | | |
| " phá | to guffaw | | |
| " rộ | to howl (briefly) | | |

1 to seize, rob. 2 to cheat, swindle.

| | | |
|---|---|---|
| cướp biển | | pirate |
| " | bóc | to rob / robbery |
| " | cạn | to rob, hold up |
| " | cháo lá đa | to rob the poor |
| " | chồng | to seduce someone's husband |
| " | cò | (of gun) to go off prematurely |
| " | công | to steal someone's credit |
| " | cơm chim | to rob the poor |
| " | đường | to hold up; to speed |
| " | giật | to mug, snatch (bag, jewels) |
| " | lời | to interrupt (discourse) |
| " | ngày | to rob in broad daylight |
| " | ngôi | to seize the throne |
| " | nợ | to refuse to pay a debt |
| " | nước | to invade a country |
| " | phá | to raid, plunder |
| " | sống | to seize, capture |
| " | vợ | to seduce someone's wife |

| | | |
|---|---|---|
| cướp lấy | | to seize, appropriate |
| " | mất | to take away, rob |

| | | |
|---|---|---|
| ăn | cướp | to rob |
| đồ ăn | " | robber |
| kẻ | " | robber, brigand |
| quân ăn | " | robber |
| thằng ăn | " | robber |

đầu trộm đuôi cướp — robbers, bandits

tranh quyền cướp nước — to seize power and take over the country

Cướp đêm là giặc, cướp ngày là quan. While brigands plunder at night, mandarins rob you in broad daylight.

trộm cướp như ruồi — robbers rising in swarms

vừa đánh trống vừa ăn cướp — to rob the bank and sound the alarm

Có gan ăn cướp có gan chịu đòn. If you have the nerve to commit a crime you should take the rap.

1 to rescue, save, deliver, redeem.  2 to aid, relieve.

| | | | |
|---|---|---|---|
| cứu bạt | to help, support | cứu viện | to aid, assist |
| " bần | to help the needy | " vong | to save the country from danger |
| " bệnh | to cure the sick | " vớt | to rescue, salvage |
| " binh | troop reinforcements, relief troops | cấp cứu | emergency aid, first aid |
| " cấp | to give emergency help | cầu " | to seek help |
| " chữa | to remedy, cure | kêu " | to shout for help |
| " cơ | to fight famine/hunger | giải " | to deliver, free |
| " độ | to save souls | tiếp " | to extend help, send reinforcements |
| " giá | to save the king/queen | | |
| " giúp | to rescue, help | | |
| " hạn | to fight drought | Chúa Cứu-thế | the Savior |
| " hoả | to put out a fire | dòng Chúa Cứu-thế | the Redemptorists |
| " khổ | to save from distress and sorrow / Goddess of Mercy | xe cứu hoả | fire truck |
| " khổ cứu nạn | (Buddhist) to deliver from misfortune | lính cứu hoả | fireman |
| " khốn phò nguy | to rescue from danger | sở cứu hoả | fire department |
| " mạng | to save a life | Cứu tôi với! | Help! |
| " nạn | to save from danger | | |
| " nguy | to save from danger | Cứu bệnh như cứu hoả. To save the sick is as urgent as fighting a fire. | |
| " nhân độ thế | (Buddhist) to redeem people | | |
| " quốc | national salvation | | |
| " sinh | to save a life | | |
| " tai | See cứu nạn | | |
| " tế | to aid / aid, relief | | |
| " thế | to redeem the world | | |
| " thương | ambulance; nurse | | |
| " tinh | savior, deliverer | | |
| " trợ | to aid, help, assist | | |
| " tử | to save from death | | |
| " ứng | to respond and help | | |
| " vãn | to save (a situation) | | |

1 to lead, guide. 2 to present (gift, offerings,...). 3 to quote, cite, invoke.

| | | | | | |
|---|---|---|---|---|---|
| dẫn bảo | to advise, guide | | chỉ dẫn | to guide / guidelines |
| " chứng | to produce evidence, cite, quote | | dắt " | to lead, guide |
| " cưới | (of groom's family) to bring/send wedding presents | | hấp " | attractive |
| | | | hướng " | to guide (tourists,...) |
| " dâu | to accompany the bride | | tiểu " | preface |
| " dụ | to explain, advise | | viện " | to cite, quote |
| " đang | to guide, show the way | | | |
| " đạo | to guide, steer | | | |
| " đầu | to lead (contest, race) | | | |
| " điện | to conduct electricity | | | |
| " độ | to extradite | | | |
| " đường | to show the way | | | |
| " ghe | to tow a boat | | | |
| " giải | to explain and comment | | | |
| " hoả | to be flammable, inflammable | | | |
| " huyết | to activate circulation | | | |
| " khởi | to bring about, provoke | | | |
| " lễ | to present gifts | | | |
| " lộ | to show the way | | | |
| " lực | attraction | | | |
| " mối | to be the go-between | | | |
| " nhiệt | to conduct heat | | | |
| " rượu | to present alcohol (in ceremony) | | | |
| " suất | conductivity | | | |
| " tang | to produce evidence | | | |
| " thân | to come in person, show up | | | |
| " thân xác | See dẫn thân | | | |
| " thủy nhập điền | to irrigate ricefields / irrigation | | | |
| " xác | See dẫn thân | | | |

to leave behind, bequeath, hand down.

| di bút | posthumous writings |
| " cảo | posthumous manuscript |
| " căn | remaining (root of) ailment |
| " chỉ | archeological site, ruins |
| " chiếu | will left by a dead monarch |
| " chúc | will, testament |
| " chứng | complication, aftereffect (of |
| | disease) |
| " dưỡng | to recreate and nurture |
| " độc | to leave harmful effects |
| " giao | to transfer (to higher court) |
| " hài | remains of deceased person |
| " hại | to leave harmful effects |
| " hận | to harbor hate/rancor |
| " hoạ | to bring about disaster |
| " huấn | posthumous teachings |
| " lậu | to omit / omission |
| " lưu | to leave for posterity |
| " nghiệp | inheritance |
| " ngôn | last wishes, will |
| " sản | heritage |
| " tặng | to bequeath |
| " thần | supporter of a previous dynasty/ |
| | régime |
| " thư | will |
| " tích | traces, vestiges |
| " tinh | spermatorrhea |
| " tồn | to survive |
| " truyền | hereditary, atavistic |
| " tử | child born after father's death |
| " tượng | portrait of deceased person |
| " văn | posthumous writings |
| " vật | relic, souvenir, memento |
| " xú | to leave behind a bad reputation |

1 to perform (on stage, in movie). 2 to express, describe. 3 to drill, practice. 4 to evolve.

| | | |
|---|---|---|
| diễn ầm | to transliterate, transcribe (story) phonetically | |
| " bầy | to present, exhibit | |
| " biến | event, change | |
| " binh | military parade | |
| " ca | to put (story) into verse | |
| " dịch | to translate and interpret: deduce | |
| " dụ | to advise, persuade | |
| " đài | forum, tribune | |
| " đàn | platform, rostrum | |
| " đạt | to express, convey | |
| " giả | speaker, lecturer | |
| " giải | to explain, present | |
| " giảng | to lecture | |
| " hành | to march | |
| " hoá | to evolve | |
| " kịch | to act (in a play) | |
| " nghĩa | to annotate, explain | |
| " nôm | to translate from Chinese into Vietnamese | |
| " tả | to describe, depict, portray | |
| " tập | to rehearse, practice, drill | |
| " tấu | (of musicians) to perform | |
| " thuyết | to lecture, speak, talk | |
| " thử | to rehearse | |
| " tiến | to progress, evolve / evolution | |
| " trò | to perform (in play) | |
| " trường | stage; parade ground | |
| " từ | speech, address | |
| " văn | speech, address | |
| " viên | performing artist | |
| " võ | to practice military exercises | |

| | | |
|---|---|---|
| biểu diễn | to perform; to demonstrate | |
| đạo " | to produce (show) / producer | |
| lưu " | (of troupe) to be itinerant | |
| phô " | to show, demonstrate | |
| phu " | to expand, explain, expose | |
| thao " | to practice military exercises | |
| trình " | to perform | |
| tái " | to happen/occur again, recur | |

Chinh phụ ngâm của Đặng Trần Côn đã được Đoàn Thị Điểm và Phan Huy Ích diễn (ra) nôm. The Ballad of the Warrior's Wife, written by Đặng Trần Côn, was translated from Chinese into Vietnamese by Đoàn Thị Điểm -- and Phan Huy Ích.

1 to take part, participate, partake of, attend.  2 to concern, involve, have something to do with.
3 to get ready;  to be prepared.

| | | | | |
|---|---|---|---|---|
| dự án | draft, project | dự tri | to have a foreboding | |
| " bị | to prepare / probationary; preparatory | " trù | to provide for, make ready | |
| | | " trữ | to stock up, hoard | |
| " cảm | to have a premonition/presenti-ment/foreboding | " trước | to foresee | |
| | | " ước | preliminary agreement | |
| " cáo | to announce, notify | " yến | to attend a formal banquet | |
| " cảo | to draft (a text) | | | |
| " chi | to earmark for spending | can  dự | to be involved | |
| " chiến | to participate, be engaged in a war | tham  " | to participate | |
| " định | to plan, expect | | | |
| " đoán | to foresee, predict | | | |

Việc này không dự gì đến tôi cả.    This business
    doesn't concern me at all.
Tướng X. không dự vào cuộc đảo-chính ấy.
    General X. did not take part in that coup.

| | |
|---|---|
| " đồ | plan, blueprint |
| " khẩu | to withhold |
| " khuyết | alternate |
| " kiến | to witness / preconceived idea |
| " lãm | to watch, see, attend |
| " lễ | to attend the ceremony |
| " liệu | to provide, predict, foresee |
| " luật | draft law, bill |
| " mưu | to plot, premeditate |
| " ngôn | prediction |
| " phần | to take part |
| " phí | projected expenses |
| " phòng | to take preventive measures |
| " thảo | draft, rough copy |
| " thẩm | magistrate |
| " thí | to take an exam |
| " thính | to attend (lecture) |
| " tiệc | to attend a banquet |
| " tính | to estimate;  to plan to |
| " toán | to estimate |

1 to nourish, nurture. 2 to rear, bring up. 3 to care for, support (parents, relatives); to maintain (machine, tool).

| | | |
|---|---|---|
| dưỡng | bệnh | to convalesce |
| " | chí | to nurture one's aspirations, cherish one's ideals |
| " | dục | to bring up, rear |
| " | đường | hospital, clinic, rest home |
| " | gia | to spend one's remaining days |
| " | hoạ | to bring about disasters |
| " | khí | oxygen |
| " | kim | allowance |
| " | lão | to spend one's remaining days |
| " | liêm | allowance paid to official to prevent corruption |
| " | mẫu | adoptive mother |
| " | mục | to preserve one's eyesight; to rest one's eyes |
| " | nhàn | to lead a leisurely life |
| " | nhi | pediatry |
| " | nữ | adopted daughter |
| " | oán | to nurture enmity |
| " | phụ | adoptive father |
| " | sinh | to nourish, bring up; to sustain/ nurture life / hygiene |
| " | sức | to conserve one's strength; not to work very hard |
| " | tâm | to cultivate the heart |
| " | tế | to give relief to the poor |
| " | thai | prenatal care |
| " | thành | to nurture, create, rear |
| " | thân | to rest; to feed oneself |
| " | thân | to look after one's parents |
| " | thần | to nurture one's intellect/soul/ spirit |

| | | |
|---|---|---|
| dưỡng | tỉnh/tánh | to relax, keep calm / self-culture |
| " | tử | adopted son/child |
| bảo | dưỡng | to protect and nourish; to maintain (vehicle, tool) |
| bổ | " | to give nutrition |
| bồi | " | to nurture (health, quality) |
| cấp | " | to provide for |
| dinh | " | nutrition, dietetics |
| nuôi | " | to feed, nurture, nourish |
| phụng | " | to look after (one's parents) |
| tiền dưỡng lão | | pension |
| viện dưỡng lão | | old folks home |

55

ĐẢ

l  to beat up, hit, strike.  2  to criticize.

| | | | |
|---|---|---|---|
| đả đảo | to topple / down with...! | cuộc ẩu đả | fight |
| "  động | to mention | cuộc loạn đả | free-for-all |
| "  đớt | to mispronounce | | |
| "  kích | to attack, criticize | Anh đừng đả động đến việc đó nhé! | Remember |
| "  kiếp | to beat up and rob, mug | not to mention that. | |
| "  lôi đài | to fight a boxing match | tranh đả kích | caricature (against public |
| "  phá | to attack, destroy | figure) | |
| "  thông | to reach understanding and agree-ment | | |
| "  thực | to fight colonialism | | |
| "  thương | to beat up / assault and battery | | |
| "  tiêu | to annihilate, destroy | | |
| "  tử | to beat to death | | |
| "  tự | to typewrite | | |

1 to deserve, merit.  2 to be worth (so much).  3 to be worthwhile.  4 to be appropriate/proper.

| | | | | |
|---|---|---|---|---|
| đáng chê | to deserve censure, be blame-worthy | chính đáng | legitimate |
| " đòn | to deserve spanking | đích " | appropriate |
| " đời! | He deserves that! | thích " | appropriate, proper |
| " ghét | to be detestable | thoả " | appropriate, adequate |
| " giá | to be valuable/precious | xứng " | suitable, fitting, proper |
| " kể | to be noteworthy | | |
| " khen | to be laudable | đáng mặt anh hùng | to be worthy of a hero |
| " kiếp! | See đáng đời! | X. đáng được thưởng. | X. deserves to be re-warded, X. deserves a reward. |
| " kính | to be respectable | Cái lọ này không đáng bao nhiêu. | This vase is not worth much. |
| " lắm! | He deserves that! | | |
| " lẽ | in principle, ideally | Có đáng là bao! | It's not worth that much! |
| " lý | See đáng lẽ | Nó đáng tuổi con ông ấy. | He/She's about the age of his son/daughter. |
| " mặt | to be deserving, behave according to one's status | Ông ấy đáng tuổi bố nó. | He's old enough to be his/her father. |
| " số | See đáng đời! | | |
| " thương | to be pitiable | | |
| " tiếc | to be regrettable | | |
| " tiền | to be worth its value/price | | |
| " tội | to merit one's punishment | | |
| " trách | to be blamable, blameful, blame-worthy | | |

1 to beat, hit. 2 to combat, fight. 3 to beat, strike (drum, bell). 4 to stir, beat. 5 to forge, make. 6 to rub, polish. 7 to dig up. 8 to play (card game, etc.). 9 to gather. 10 to catch, trap. 11 to mark, number. 12 to send (telegram). 13 to levy (tax). 14 to cause (to drop, etc.).

| đánh | bả | to poison | đánh | hơi | to sniff, smell |
|---|---|---|---|---|---|
| " | bạc | to gamble | " | lận | to dupe, trick |
| " | bài | to play cards | " | liều | to risk |
| " | bại | to defeat | " | lộn | to have a fight |
| " | bạn | to become friends | " | luống | to make furrows |
| " | bạo | to venture to ... | " | lừa | to cheat, dupe |
| " | bẫy | to trap | " | máy | to type |
| " | bể/vỡ | to break (glass, ...) | " | mất | to lose, mislay |
| " | bi | to shoot marbles | " | môi | to apply lipstick |
| " | bóng | to polish | " | phấn | to use make-up powder |
| " | cá | to catch fish (with net) | " | quần | to play tennis |
| " | cá | to bet, wager | " | rắm | to fart |
| " | cắp | to steal | " | rơi | to drop, let fall |
| " | chén | to eat and drink | " | rớt | see đánh rơi; to flunk |
| " | chông | to booby-trap with punji sticks | " | số | to number |
| " | cờ | to play chess | " | tháo | to rescue from siege |
| " | cuộc | to bet, wager | " | thắng | to defeat |
| " | dấu | to mark; to add diacritic | " | thuê | to be a mercenary |
| " | đàn | to play musical instrument | " | thuế | to levy taxes |
| " | đắm | to sink | " | thuốc độc | to poison |
| " | đập | to beat up | " | thuốc mê | to administer anesthetics |
| " | đĩ | to be (act like) a prostitute | " | thức | to wake up |
| " | đổ | to tip, drop; to overthrow | " | tiếng | to sound out |
| " | đổi | to swap, trade-in | " | tráo | to switch, substitute |
| " | đống | to gather into heap | " | trận | to battle, go to war |
| " | đu | to swing | " | trống | to beat the drum |
| " | đùng | all of a sudden | " | trống lảng | to avoid the subject |
| " | gãy | to break (stick, ...) | " | trống lấp | to change the subject |
| " | ghen | (of jealous wife) to make a scene | " | trượt | to flunk |
| " | giá | to evaluate, appraise | " | úp | to attack |
| " | gió | to rub out a cold | " | vần | to spell |
| " | hỏng | to flunk (student) | " | vật | to wrestle |

ĐÁP

1 to answer, reply.  2 to return (favor), repay.

| | | |
|---|---|---|
| đáp án | answer | |
| " bái | ceremonial return visit | |
| " biện | to reply | |
| " đối | to answer;  to reply | |
| " hiệu | countersign | |
| " lễ | to return (call, visit, present) | |
| " ngôn | reply | |
| " nhận | acknowledgement | |
| " phúc | to answer | |
| " sính | acknowledge receipt of betrothal gift | |
| " số | answer (to math problem) | |
| " tạ | to return thanks;  to send a return present | |
| " thư | a written answer | |
| " tình | to return a kindness | |
| " từ | response (to address) | |
| " ứng | to answer;  to respond;  to satisfy, fill (need) | |

đáp lại    to return (favor, courtesy)

| | |
|---|---|
| báo đáp | to return (favor) |
| đối " | to answer, reply |
| giải " | to answer questions, explain |
| hồi " | to answer |
| phúc " | to answer, reply |
| ứng " | to answer |
| vấn " | question and answer |

để đáp lại tấm thịnh-tình của quý-vị mua báo dài hạn, ....  in return for the generous kindness of our subscribers, ....

l  to put, place, set, lay.  2  to assign (personnel).  3  to set up, establish.  4  to write, compose, construct.  5  to pose (problem), ask (question).  6  to order (goods).  7  to make up, fabricate.

| đặt bàn | to set the table | áp đặt | to impose |
|---------|------------------|--------|-----------|
| " bày | to invent | bày " | to invent |
| " câu | to construct a sentence | bịa " | to invent |
| " chân | to set foot | cắt " | to arrange, assign |
| " chuyện | to fabricate | sắp " | to arrange |
| " cọc | See đặt tiền | xếp " | to arrange |
| " cửa | to ante up (in game) | tiền " | down-payment, deposit |
| " đẻ | to fabricate | | |
| " điều | to fabricate | cách đặt câu    syntax | |
| " đít | to sit down | lễ đặt viên đá đầu tiên    cornerstone-laying | |
| " gánh | to set down one's poleload |      ceremony | |
| " hàng | to order merchandise | một tên bù nhìn do ngoại bang đặt lên    a puppet | |
| " lãi | to invest (money for interest) |      installed by foreigners | |
| " lờ | to set the trap | Cha mẹ đặt đâu con ngồi đấy.    A girl marries | |
| " lớn | to play big |      the young man her parents have selected for | |
| " lưng | to lie down |      her. | |
| " mả | to set a gravesite | | |
| " mình | to lie down | | |
| " miệng | to reluctantly poke one's nose into other people's business | | |
| " móng | to lay the foundation | | |
| " nặng | to put emphasis on | | |
| " nhạc | to set to music | | |
| " nợ | to lend money for interest | | |
| " ra | to set up, establish | | |
| " rượu | to distill/make alcohol for sale | | |
| " tên | to name, give a name | | |
| " tiệc | to order a banquet | | |
| " tiền (cọc) | to make a deposit/down-payment | | |
| " tiền quẻ | to put down the fee due a fortune teller | | |
| " trước | See đặt tiền | | |
| " vấn đề | to pose/raise a question/problem | | |

1 to stab, pierce, prick, penetrate. 2 to pound (rice, pepper). 3 (of shoot) to sprout. 4 to collide, crash, ram. 5 to become.

| | | | | |
|---|---|---|---|---|
| đâm bổ | to run/rush/plunge headlong | | đâm chết | to stab to death |
| " bông | to bloom | | chết đâm | to die of stab wound |
| " chém | to stab and cut | | đâm vào cột xăng | to hit/collide against the gas pump |
| " chồi | to issue buds/shoots | | | |
| " diều | to fly a kite | | đâm đầu xuống sông tự tử | to plunge headlong into the river to commit suicide |
| " đầu | to rush/plunge headlong | | | |
| " đốt | to flatter the boss and stab a rival in the back | | đâm ba chẻ củ | to throw a monkey wrench |
| " ghe | to move the boat forward | | đâm bị thóc, chọc bị gạo | to play one side against the other |
| " hoảng | to get panicky | | | |
| " họng | to stab oneself in the neck | | đâm bông trổ nụ | to issue buds |
| " hông | to provoke | | đâm chồi nảy lộc | to issue buds and shoots |
| " khùng | to become angry | | đâm lao phải theo lao | unable to get off the tiger's back |
| " lao | to throw the javelin | | | |
| " liều | to become bold | | | |
| " lo | to become worried | | | |
| " lười | to become lazy | | | |
| " mầm | to issue buds | | | |
| " nghi | to become suspicious | | | |
| " nụ | to issue buds | | | |
| " ra | to become | | | |
| " rễ | to root | | | |
| " sầm | to crash into | | | |
| " sợ | to become scared | | | |
| " thọc | to penetrate; to sow discord | | | |

1 to compete, rival, vie, fight. 2 to denounce/accuse in public trial (đấu tố).

| đấu | ẩu | to have a fight |
| " | bút | to engage in a polemic |
| " | chí | to compete in resilience |
| " | chiến | to struggle, fight |
| " | cụ | war matériel |
| " | dịu | to make peace after quarrel, back down |
| " | giá | to auction |
| " | giao hữu | friendship match |
| " | gươm | to fight a duel |
| " | hạm | battleship |
| " | khẩu | to quarrel |
| " | kiếm | to fight a duel |
| " | loại | (sport) eliminatory event |
| " | lý | to reason, debate |
| " | súng | to have a gunfight |
| " | sức | to compete in athletic event; to fight |
| " | thầu | to bid |
| " | thủ | entrant, participant, athlete; fighter, boxer |
| " | tố | to denounce/accuse in public trial |
| " | tranh | to struggle |
| " | trí | to match wits |
| " | trường | arena |
| " | võ | to box, wrestle |
| " | xạ | shooting contest |
| " | xảo | fair, exposition |

| chiến | đấu | to combat, fight, battle |
| phấn | " | to struggle, strive |
| tranh | " | to struggle |

Đại học Sư phạm đấu với Đại học Nông nghiệp. Teachers College is playing against College of Agriculture.

cáo thị đấu thầu     invitation to bid

ĐỂ

1 to put, place.  2 to set aside, leave, save.  3 to grow (hair, beard).  4 to leave, let.

| | | |
|---|---|---|
| để bụng | to keep to oneself | |
| " cho | so as to, so that | |
| " của | to leave property;  to save (cash, ...) | |
| " dành | to save (money);  to save (food) for others | |
| " đất | to set (gravesite) | |
| " hở | to leave uncovered | |
| " lòng | see để bụng | |
| " lộ | to reveal | |
| " mà | in order to | |
| " mặc | to leave unattended | |
| " mắt | to pay attention | |
| " phần | to save (food, ...) for someone absent | |
| " tang | to be in mourning | |
| " tâm | to pay attention, mind | |
| " tiếng | to leave a bad reputation | |
| " tội | to threaten to punish next time | |
| " trở | to be in mourning | |
| " vạ | to make (another person suffer) | |
| " ý | to pay attention;  to look after | |

để lại       to leave behind

" ra       to save (money)

Để cái đó sang một bên.    Put that one aside.

Để đến mai hãy gửi.    Wait until tomorrow to send it.

Ông ấy bây giờ để râu, tôi nhận không ra.    He's grown a beard, so I didn't recognize him.

Anh để tôi viết cho.    Let me write it for you.

1 to reach, attain (=tới); to come to, arrive at. 2 to arrive (đến nơi). 3 to happen, occur, take place (xảy đến). 4 upon reaching; till, until. Xe chạy đến ga mới đỗ khách. The bus will not discharge its passengers until it arrives at the station. Đọc báo đến 2 giờ sáng to read newspapers until 2 a.m. 5 at (a place/time). đến cây số 13 at (the marker that says) 13 kilometers. đến 8 giờ at 8 o'clock. 6 as much as. tiêu đến 20 đồng to spend as much as twenty dongs. 7 so as to. Đọc đến rức đầu to read so much as to have a headache. 8 even. Đến (cả) ông, nó cũng không sợ. He's not afraid even of you. 9 to the point of. học đến thuộc mới thôi to stop studying only when one has learned it by heart. 10 quite. Bông hoa này đến thơm! This flower is quite fragrant.

| | | | | | | |
|---|---|---|---|---|---|---|
| đến | cùng | to the end | biết | đến | to know about/of | |
| " | điều | exhaustively | động | " | to touch, mention | |
| " | dỗi | See đến nỗi | hỏi | " | to ask about | |
| " | giờ | up to now; it's time to... | lo | " | to worry about, be concerned about | |
| " | hay | quite interesting; amusingly | | | | |
| " | nỗi | so...that, to the extent that | nghĩ | " | to think about/of | |
| " | nơi | to arrive; imminent | nhớ | " | to think about/of, remember | |
| " | nước | to reach the point (where one has to do so-and-so) | nói | " | to mention | |
| | | | tưởng | " | to think about/of | |
| " | thẳng | it's time for the baby's arrival | xông | " | to rush toward | |
| " | thì | to reach puberty | | | | |
| " | thời | to reach the right moment to act | Đến giờ chưa? | | Is it time yet? | |
| " | tuổi | to come of age; to reach marriageable age | Chưa đến giờ đi ngủ. | | It's not bedtime yet. | |
| | | | đến đầu đến đũa | | thoroughly | |
| | | | đến nơi đến chốn | | thoroughly, carefully | |
| bay | đến | to fly toward | | | | |
| bò | " | to crawl toward | | | | |
| bước | " | to step toward | | | | |
| chạy | " | to run toward | | | | |
| đi | " | to walk/go toward | | | | |

1 to go; to walk. 2 to go by, ride, fly, sail. 3 to lead to. 4 to go to (do something). 5 to go to the bathroom, defecate, urinate. 6 to enlist. 7 to go into (exile). 8 to follow (religion). 9 to move (chess piece). 10 to put on, wear (socks, shoes, gloves). 11 to die, expire.

| | | | | |
|---|---|---|---|---|
| đi bách bộ | to take a walk | | đi ở | to be a servant/maid |
| " biệt | to disappear, vanish | | " phu | to work as coolie |
| " bộ | to walk, go on foot | | " rửa | to have diarrhea |
| " buôn | to be a businessman | | " rừng | to look for forest products |
| " cầu | to go to the bathroom | | " sát | to stay close to |
| " chân | to go on foot | | " (ra) sau | to go to the bathroom |
| " chơi | to go for a walk, visit | | " sâu | to investigate |
| " củi | to go fetch wood | | " sông | to go to the bathroom |
| " dạo | to take a walk | | " sứ | to be an ambassador |
| " đái | to urinate | | " táo | to be constipated |
| " đạo | to be(come) a Catholic | | " tây | to die; to fail, be lost |
| " đày | to go into exile | | " thảo dạ | to have diarrhea |
| " đất | to go barefooted | | " theo | to accompany |
| " đêm | to exchange cards (in tam cúc | | " thi | to take an exam |
| | game) | | " thú | to be a border guard |
| " đôi | to go in a pair | | " tiểu | to go to the bathroom |
| " đồng | to go to the bathroom | | " tiểu | to urinate |
| " đời | to remain non-Catholic | | " tơ | to have sow inseminated |
| " đời (nhà ma) | to be done for | | " tu | to enter religion |
| " đứng | to walk, conduct oneself | | " tuần | to patrol |
| " đứt | to be lost, finished | | " tuốt | (of infant) to have diarrhea |
| " giải | to urinate | | " vắng | to be absent |
| " học | to go to school | | | |
| " ỉa | to go to the bathroom | | đi ra | to go out |
| " khách | to be a prostitute | | " vào | to go in |
| " kiết | to have dysentery | | " lên | to go up |
| " lại | to come and go; to frequent; | | " xuống | to go down |
| | to have sexual intercourse | | " qua | to go over/across |
| " làm | to go to work | | " lại | to come |
| " lính | to join the army | | " sang | to go over/across |
| " lỵ | to have dysentery | | " về | to go back |
| " ngoài | to go to the bathroom | | " đến/tới | to come |

| | | | | |
|---|---|---|---|---|
| đi ra đi vào | to go/walk back and forth | | Ăn đi! | Go ahead and eat! |
| " lên đi xuống | to go/walk up and down | | Cút "! | Go away! |
| " qua đi lại | to go/walk back and forth | | Đi "! | Go! |
| " sang đi về | to go/walk back and forth | | | |
| " tới đi lui | to go/walk back and forth | | đi bước nữa | (of widow) to remarry |
| | | | đi chân đất/không | to go barefooted |
| đi đi lại lại | to go/walk back and forth | | đi mây về gió | to smoke opium |
| | | | đi ngang về tắt | (of married woman) to have |
| bỏ đi | to drop, abandon | | | illicit affair |
| gầy " | to become thin, lose weight | | đi sâu đi sắt | to stay close to (a person) |
| im " | to shut up | | | |
| lờ " | to ignore | | | |
| mòn " | to be worn out | | | |
| nghèo " | to become poor(er) | | | |
| ngủ " | to fall asleep | | | |
| phá " | to destroy, tear down | | | |
| quên " | to forget | | | |

1 to check, verify. 2 (of drum, bell) to sound. 3 (of clock) to strike. 4 dot, point.

| điểm báo | press review | băng điểm | freezing point |
|---|---|---|---|
| " binh | review (of troops) | cực " | maximum, climax |
| " canh | to mark the night watches | địa " | site, location |
| | (with drum beats) | đặc " | characteristic |
| " chỉ | to place one's fingerprint/ | khuyết " | shortcoming |
| | informer | nhược " | weakness |
| " danh | to call the roll/rollcall | quan " | viewpoint |
| " duyệt | to review, inspect | trang " | to make-up |
| " huyệt | to hit a mortal point (Chinese | tô " | to decorate, adorn |
| | boxing); to choose burial spot | ưu " | strength |
| " sách | book review | | |
| " số | mark, grade (of student), score | | |
| " tâm | breakfast; snack | | |
| " tô | to decorate | | |
| " trang | to adorn oneself | | |
| " xuyết | to adorn, deck | | |

to stop, cease, delay, postpone, rest (đình lại).

| | | | |
|---|---|---|---|
| đình án | to suspend a trial | Việc bổ nhiệm đã được tạm đình lại. | That appointment has been temporarily postponed. |
| " bãi | to cancel, suspend | | |
| " bản | to cease publication | | |
| " bổ | to freeze appointments | | |
| " chỉ | to stop, cease | | |
| " chiến | to stop fighting / armistice, truce | | |
| " công | to go on strike | | |
| " cứu | to stop (study, investigation) | | |
| " đốn | to stop, stagnate | | |
| " hoãn | to put off, postpone | | |
| " khoa | to bar from an exam | | |
| " khoá | (of students) to strike; to expel (students) | | |
| " lưu | to stay over | | |
| " nghị | to suspend talks/discussions | | |
| " nghiệp | to stop business, suspend operations | | |
| " thăng | to delay a promotion | | |
| " thủ | to stop, rest | | |
| " thực | to go on a hunger strike | | |
| " trạng | stationary condition | | |
| " trệ | to slow down | | |
| " trú | to stop off/over | | |
| " túc | to stop off, stay overnight | | |
| " tức | to stop | | |

1 to intend to, plan to.  2 to decide, determine, fix.

| | | | | | | |
|---|---|---|---|---|---|---|
| định | ảnh | to fix photographic image | định | số | | destiny |
| " | bụng | to intend | " | sở | | fixed address |
| " | canh | to settle down | " | tâm | | to intend to |
| " | chế | institution | " | thần | | to collect oneself |
| " | chí | to be determined | " | thức | | formula, fixed pattern |
| " | chỗ | to locate, spot | " | tinh | | fixed star |
| " | chuẩn | standard, norm, criterion | " | tính | | qualitative |
| " | chức | functional | " | tội | | to sentence |
| " | cỡ | to calibrate | " | túc số | | quorum |
| " | cư | to be settled; to settle (refugees) | " | ước | | modus vivendi |
| " | đề | (math, philosophy) postulate, assumption | ấn | định | | to fix (date, amount) |
| " | đoạt | to decide, determine | bình | " | | to pacify |
| " | giá | to evaluate, assess | chỉ | " | | to designate |
| " | giới | to delimit | cố | " | | fixed |
| " | hạn | fixed limit | dự | " | | to plan |
| " | hình | fixation | hiệp | " | | agreement |
| " | hồn | to collect oneself | nhất | " | | to make up one's mind |
| " | hướng | to orient/direction | ổn | " | | to be stable |
| " | kiến | fixed idea | quyết | " | | to decide |
| " | kỳ | fixed time, agreed deadline | | | | |
| " | lệ | rule, common rule | | | | |
| " | liệu | to make arrangements | | | | |
| " | luật | (scientific) law | | | | |
| " | lượng | to dose/quantitative | | | | |
| " | lý | theorem | | | | |
| " | mệnh | destiny, fate | | | | |
| " | ngạch | quota (of production) | | | | |
| " | nghĩa | to define/definition | | | | |
| " | ngữ | modifier | | | | |
| " | phần | to determine proportion in mixture | | | | |
| " | phận | predetermined fate | | | | |

1  to greet, meet (person on arrival).   2  to welcome, receive.

| | | | | | | |
|---|---|---|---|---|---|---|
| đón | chào | to meet and greet | chào | đón | to meet and greet |
| " | cửa | to greet at the door | đưa | " | to see off (at departure time) and to meet (upon arrival) |
| " | dâu | to go and get the bride at her parents' | ngăn | " | to stop, hinder |
| " | đầu | to meet head-on | nghinh | " | to greet, welcome |
| " | đưa | to meet and see off | rào | " | to anticipate a question |
| " | đường | to stop someone on the way, intercept | săn | " | to shower with questions |
| " | gió | to start cultivating (prospective superior) | tiếp | " | to receive, welcome |
| " | học | to pick up (children) after school | | | |
| " | hỏi | to greet with questions | | | |
| " | mừng | to welcome warmly | | | |
| " | rào | to anticipate (a statement) | | | |
| " | rước | to meet and greet formally | | | |
| " | tiếp | to welcome | | | |
| " | ý | to anticipate someone's thought | | | |

rào trước đón sau      to take precautionary measures, ward off possible objections

1 to shut, close (door, window; container; seaport, border). 2 to close down (business), shut off (machine). 3 to solidify. đóng băng to become ice. 4 to pack tight, fill up tight. 5 to drive in (nail, stake). 6 to build (furniture). 7 to affix (seal, stamp). 8 to be stationed, bivouac. 9 to wear (G-string, sanitary napkin). 10 to saddle, harness. 11 to play (part). 12 to pay (share, dues, tax).

| | | |
|---|---|---|
| đóng băng | to freeze | |
| " bìa | to bind (book) | |
| " binh | to station troops | |
| " bộ | to be dressed up | |
| " chai | to bottle | |
| " chóc | to curdle, thicken | |
| " cục | to flocculate | |
| " dấu | to stamp | |
| " đai | to girdle, strap | |
| " đô | to establish the capital; to stay put | |
| " đồ | to pack and crate | |
| " góp | to contribute | |
| " gông | to put in the stocks | |
| " họ | to pay (into savings fund) | |
| " hộp | to can | |
| " khung | to frame | |
| " kịch | to play (on stage); to pretend, act | |
| " mốc | to indicate limits with stakes | |
| " quân | to station troops | |
| " tảng | to thicken | |
| " thùng | to crate | |
| " trò | to play a part; to pretend, act | |
| " vảy | to form a scab, heal | |
| " vốc | (of banana) not to be quite ripe | |

Đóng cửa lại.    Close the door.

Anh làm ơn đóng cửa sổ vào.    Please close the window.

Hiệu may ấy đóng cửa rồi.    That tailor shop has closed down.

Hôm nay chúng tôi đóng cửa sớm.    We close(d) early today.

Không có búa làm sao đóng đinh được.    How can anyone drive some nails in without a hammer?

xưởng đóng tàu    shipyard

Cô ấy đóng vai Thuý-Kiều.    She played (the part of) Thuý-Kiều.

Ông chủ trại cưỡi ngựa không cần đóng yên.    The rancher rides without a saddle.

Tôi quên (chưa) đóng tiền niên liễm.    I forgot to pay my yearly dues.

*71*

đổ

1 to fall down, topple, collapse. 2 to turn over. 3 (of cattle) to die. 4 to shed, spill (blood, tears). 5 to pour (out). 6 to discharge (passengers). 7 to impute (crime, fault), lay (blame).

| | | |
|---|---|---|
| đổ bể | (of scandal) to break | |
| " bệnh | to give V.D. | |
| " bộ | to land | |
| " cung long | (of new mother) to go shopping the first time to get rid of bad luck | |
| " dồn | (of people) to rush to | |
| " điêu | to accuse wrongly | |
| " đom đóm | to see stars | |
| " đốn | (of ill-behaved person) to become worse | |
| " đồng | on the average | |
| " đồng-quang | see đổ đom đóm | |
| " hào-quang | see đổ đom đóm | |
| " hồi | (of drum) to beat | |
| " khuôn | to mold | |
| " lỗi | to pass the buck | |
| " lộn | to mix, mingle | |
| " máu | to shed blood | |
| " mồ-hôi | to perspire | |
| " mưa | (of rain) to pour down | |
| " nát | to be dilapidated | |
| " ngờ | to suspect | |
| " nhào | to collapse | |
| " oan | to accuse wrongly | |
| " quanh | to accuse one another | |
| " quạu | to get angry | |
| " riệt | to accuse consistently | |
| " thừa | to blame (others) | |
| " tội | to blame | |
| " vạ | to blame | |
| " vấy | to blame others | |
| " xô | (of crowd) to rush | |

đổ đi to throw away

" vào to pour into; to spill on

đánh đổ to knock over; to spill

làm đổ to knock over; to spill

lật đổ to overthrow (government)

đạp đổ to kick down

cuộc/trận đổ máu    bloodshed

Sao mày lại đổ cho nó?    Why did you blame him? Why did you make people blame him for something you did?

1 to treat (đối đãi). 2 to match (words in literary couplets). 3 to face, reply, cope with, oppose.

| | | |
|---|---|---|
| đối ẩm | to have a drink together | |
| " cảnh | to face a beautiful scenery | |
| " chân | to be antipodal | |
| " chất | to confront (witnesses) | |
| " chiếu | to compare, contrast | |
| " chứng | to compare testimonies | |
| " diện | to face each other | |
| " đãi | to treat, behave | |
| " đáp | to answer, reply | |
| " đầu | to oppose, face | |
| " địch | to oppose, resist (the enemy) | |
| " điểm | antipodes | |
| " đỉnh | (angles) to be opposite | |
| " kháng | to oppose, resist | |
| " lập | to stand in opposition | |
| " liên | parallel scrolls | |
| " lượng | counterpoise | |
| " lưu | convection | |
| " nại | to plead | |
| " ngẫu | parallelism (in style) | |
| " ngoại | (of policy) foreign | |
| " nhân | in personam | |
| " nội | (of policy) domestic, internal | |
| " phó | to face, deal, cope | |
| " phương | enemy, adversary | |
| " số | logarithm | |
| " thẩm | to confront witnesses | |
| " thoại | conversation, dialogue | |
| " thủ | rival, opponent | |
| " tịch | contradictory | |
| " trạng | defense brief | |
| " trọng | counterweight | |
| " trướng | couplets and scrolls | |

| | | |
|---|---|---|
| đối tụng | to plead in contradiction |
| " tượng | object, objective |
| " vật | in rem |
| " với | toward, as for, vis à vis |
| " xử | to treat |
| " xứng | to be symmetrical |

| | | |
|---|---|---|
| cân đối | well-balanced |
| câu " | couplet, parallel scrolls |
| chống " | to oppose |
| phản " | to oppose, object |
| tương " | to be relative |
| tuyệt " | to be absolute |
| ứng " | to retort |

đối với nhau tử tế   to treat each other decent-
ly

Câu dưới đối với câu trên.   The second line
perfectly matches the first one.

Hai cây đỗ quyên mọc đối nhau ở cổng vào.   The
two azalea plants face each other at the
gate.

1 to be alike. 2 to act together. 3 to share, have in common.

| đồng âm | to be homophonous | đồng huấn | concurrent training |
|---|---|---|---|
| "  bàn | to sit at the same dining table | "  hương | to be a fellow countryman; compatriot |
| "  bạn | fellow/companion | | |
| "  bang | compatriot | "  khảm | see đồng hao |
| "  bào | countryman | "  khoa | to be a classmate |
| "  bệnh | to have the same illness | "  khoá | see đồng khoa |
| "  bọn | cohort, accomplice | "  khởi | simultaneous uprising |
| "  bộ | to synchronize | "  lãm | to examine together |
| "  bối | equal, peer | "  lao cộng tác | to toil together |
| "  ca | chorus, choir | "  lần | in turn, in order |
| "  canh | see đồng tuế | "  liêu | colleague |
| "  cảnh (ngộ) | to be in the same boat | "  loã | accomplice |
| "  chất | homogeneous | "  loại | fellow, fellowman |
| "  chí | (political) comrade | "  lòng | by common consent; unanimous agreement |
| "  chủ tịch | co-chairman/chairmen | | |
| "  chủng | congener, like, fellowman | "  minh | to be in alliance |
| "  cư | to live together | "  môn | condisciple |
| "  cực | homopolar | "  mưu | to conspire, plot together |
| "  dạng | to be identical, similar | "  nghĩa | to be synonymous |
| "  dâm | homosexual | "  nghiệp | colleague, co-worker |
| "  đại | synchronic | "  nhất | to be identical |
| "  đảng | to belong to the same gang | "  niên | see đồng tuế |
| "  đạo | to be a coreligionist | "  phạm | accomplice |
| "  đẳng | to be of the same rank | "  phục | uniform |
| "  đều | to be uniform | "  quận | of the same district |
| "  điệu | to go together, in harmony with | "  qui | (forces) concurrent |
| "  đội | to belong to the same team | "  sàng | to share a bed |
| "  hàng | of the same rank; of the same trade/business | "  sắc | isochromatic, homochrome |
| | | "  sinh đồng tử | to live and to die together; marital fidelity |
| "  hành | to travel together | | |
| "  hao | co-brothers-in-law | "  song | fellow student, schoolmate, classmate |
| "  hình | isomorphic; homomorphic | | |
| "  hoá | to assimilate (people, culture) | "  sự | colleague, co-worker |
| "  học | schoolmate | "  tác giả | co-author(s) |

| | | |
|---|---|---|
| đồng tâm | | to be in agreement |
| " | tâm | (circles) concentric |
| " | thanh | unanimously; with one voice |
| " | thân | to be allied (through children's marriage) |
| " | thời | at the same time, simultaneous |
| " | tịch đồng sàng | to share a mat and a bed |
| " | tính | homogeneous, of the same sex |
| " | tính luyến ái | homosexual |
| " | tình | sympathy/to sympathize |
| " | tộc | to belong to the same family or clan |
| " | tông | to belong to the same family |
| " | tuế | to be of the same age |
| " | văn | to share a language or a writing system |
| " | vị | isotope |
| " | vị ngữ | appositive |
| " | vọng | to echo |
| " | vụ | duplicate service |
| " | ý | to agree |

| | | |
|---|---|---|
| bất đồng | | to be different |
| tương " | | to be similar |
| dị " | | difference |
| hòa " | | harmony |
| đồ² " | | all told |
| hội " | | council |
| hợp " | | agreement, contract |

75

1 to move.  2 to touch.  3 (of epidemic) to spread among livestock.  4 to move, change, evolve.  5 (of sea) to be rough.

| | | | | | |
|---|---|---|---|---|---|
| động biển | rough seas | | động tình | to feel sexual desire |
| " | bình | to mobilize | " | tĩnh | movement, development |
| " | chạm | to speak of | " | từ | verb |
| " | cơ | motor, engine | " | từ | object in motion |
| " | cỡn | to be in heat | " | vật | animal |
| " | dụng | to use in case of emergency | " | vật chỉ | fauna |
| " | đất | earthquake | " | vật học | zoology |
| " | đậy | to move, stir | " | viên | to mobilize |
| " | đĩ | to be in heat | | | |
| " | địa | to be earth-shaking | báo động | to alert |
| " | điểm | point of motion | bạo " | violence |
| " | điên | to go crazy | cảm " | to be moved/touched |
| " | điện học | electrodynamics | cử " | to move |
| " | đực | to be in heat/estrus | hành " | to act |
| " | học | dynamics | hoạt " | to be active |
| " | kinh | epilepsy | phát " | to start (movement) |
| " | lòng | to be touched | thụ " | to be passive |
| " | lực | moving force, motive | vận " | to do exercise |
| " | " học | dynamics | xúc " | to be moved, upset |
| " | mả | to cause disturbance in ancestor's grave | | | |
| " | mạch | artery | | | |
| " | não | to concentrate (on thoughts) | | | |
| " | năng | kinetic energy | | | |
| " | phòng | nuptial chamber | | | |
| " | rồ | to become mad | | | |
| " | rừng | the wild beasts are leaving the forest | | | |
| " | sản | personal estate | | | |
| " | tác | movement | | | |
| " | tâm | to feel compassion | | | |
| " | thổ | to perform the first act of farming of the year | | | |

1 to take, bring, hand, give. 2 to lead, guide. 3 to see (someone) off (tiễn đưa). 4 to swing (hammock).

| | | |
|---|---|---|
| đưa cay | (of appetizer) to accompany alcoholic drink | |
| " chân | to venture into; to see someone off | |
| " chuyện | tell tale | |
| " dâu | to accompany the bride to the groom's home | |
| " duyên | See đưa tình | |
| " đa | to push; to say something diplomatically | |
| " đám | to follow a funeral procession, attend a funeral | |
| " đẩy | to use diplomatic language | |
| " đón | to see off and to meet on arrival; to take (children) to school and pick up later | |
| " đường | to guide, show the way | |
| " hơi | to aid, break in | |
| " ma | to follow a funeral procession, attend a funeral | |
| " mắt | to cast a glance; to signal with one's eyes | |
| " mối | to be a middleman | |
| " rước | See đưa đón | |
| " tay | to deliver in person | |
| " tình | to ogle, make eyes | |

| | | |
|---|---|---|
| đẩy đưa | to push back and forth | |
| đong " | (of woman) to tell a different story each time | |
| đón " | to meet and see off | |
| đu " | to swing (legs) back and forth | |
| tiễn " | to see (someone) off | |
| đưa đi | to take/send away | |
| " lại | to bring back | |
| " đi đưa lại | to send/swing back and forth | |
| " ra | to bring out | |
| " vào | to bring in(to) | |
| " lui | to bring back | |
| " tới | to bring in | |
| " lên | to bring up | |
| " xuống | to bring down | |
| " qua/sang | to bring over (to) | |
| " về | to bring back (to) | |
| " đến | to bring/lead to | |
| người đưa giấy | messenger | |
| người đưa hàng | delivery man | |
| người đưa thư | mailman, postman | |

1 to stand. 2 to stand, finish (1st, 2nd, etc.). 3 to live, exist, endure. 4 to stop.

| | | |
|---|---|---|
| đứng bóng | (of sun) to be at its highest point | |
| " cái | (of rice plant) to stand erect | |
| " chựng | (of baby) to be able to stand up | |
| " dậy | to stand up | |
| " đắn | to be serious | |
| " đầu | to be the first | |
| " đường | to be out in the street | |
| " giá | (of price) to be stationary | |
| " gió | (of weather) not to be windy | |
| " lên | to stand up; to rise | |
| " mực | to act correctly | |
| " ra | to assume responsibility | |
| " số | (of woman) to marry late | |
| " sững | to stand still | |
| " tên | to sign an act | |
| " tuổi | to be mature | |

đứng lại   to stop, halt

" lên   to stand up

" xuống  to step down (to a lower level) and remain standing

đứng về phía những nhà văn tiến-bộ  to stand on the side of progressive writers

đứng vào bậc nhất  to rank (among the) first

1 to obtain, get. được vàng to hit gold. 2 to get to, be allowed to. được đi bầu to get to vote. không được ăn (trứng) is not allowed to eat (eggs). 3 to earn, win, score. được mùa to get a good harvest. được cuộc to win a bet. 4 ... được -able, -ible; to be able to ... uống được (water) potable. không ăn được cannot eat, not edible. 5 to be acceptable, satisfactory.

| | | |
|---|---|---|
| được cuộc | to win a bet |
| " dất | to succeed because one's ancestor's grave was well placed |
| " giải | to win a prize |
| " kiện | to win a case in court |
| " lãi | to earn dividend/profit |
| " lời | see được lãi |
| " lòng | to win the heart of |
| " mả | see được dất |
| " mùa | to have a good harvest |
| " nước | (of tea) to have good flavor |
| " thế | to have an advantageous position |
| " tiền | (of goods) to sell well |
| " tiếng | to earn fame |
| " việc | to be efficient |

Em được mấy tuổi rồi?   How old are you? (asked of a child)

Ông đến dây được bao lâu rồi?   How long have you been here?

lấy được vợ đẹp   married a pretty wife

kiếm được nhiều tiền   earns a lot of money

bắt được của   found money/cash

vớ được món bở   found a real bargain

X. được phần thưởng.   X. won/received a prize.

X. được thưởng.   X. got a reward. or X. was rewarded.

X. được cô giáo thưởng.   X. was rewarded by the teacher.

X. được đi Buôn Ma Thuột.   X. got (the chance) to go to Banmethuot. (Contrast: X. bị đi B.M.T.)

Được không?   Is it all right?   O.K.?

Được. Đi đi!   Yes, go!

Được chứ/chớ!   Of course, it's O.K.

Được mà!   Sure, I told you it's O.K.

Không được dâu!   No, it won't go/fly. That won't be acceptable.

Được dằng chân, lân dằng dầu.   Give him an inch and he'll take a mile (or an ell).

1 to meet, encounter.  2 to see.  3 to meet with, run into, be caught by.

| | | |
|---|---|---|
| gặp dịp | to find a good opportunity | Anh đã gặp ông chủ nhiệm mới chưa?   Have you |
| " gỡ | to encounter | met the new director yet? |
| " hội | See gặp dịp | Tôi vừa gặp cô giáo ở ngoài chợ.   I just saw |
| " lúc | to hit the right moment | our teacher at the market. |
| " may | to be lucky | Nhà nông gặp phải năm đại hạn.   The farmers |
| " mặt | to meet, see | had a severe drought. |
| " phải | to run into (unpleasant situation) | Tôi không tin ra ngõ gặp gái là xấu.   I don't |
| " thời | to find a good opportunity | believe in the superstition according to |
| " vận | to meet good luck | which you'll have bad luck if you meet a |
| | | woman when leaving your home. |
| bắt gặp | to catch unawares | Hai bên gặp nhau ở Pa-ri.   The two sides met |
| tìm " | to seek out, try to find (person) | in Paris. |
| | | |
| gặp nhau | to meet each other | |

1 to cause, occasion, bring about. 2 to provoke (to a fight). 3 to create; to multiply, breed, propagate.

| gây cấn | to create difficulties, make obstacles | Khi không nó gây với tôi.  All of a sudden he provoked me. |
|---|---|---|
| "  chiến | to be a warmonger | kẻ gây chiến    warmonger |
| "  chuyện | to pick up a quarrel | |
| "  dựng | to set up, create, establish | |
| "  giống | to crossbreed, multiply | |
| "  gổ | to pick a quarrel, be belligerent | |
| "  hấn | to provoke a war | |
| "  loạn | to incite rebellion | |
| "  lộn | to pick up a fight | |
| "  oán | to create enemies | |
| "  rối | to sow disorder/chaos | |
| "  sự | to pick up a quarrel | |
| "  thù | to make enemies | |
| "  vốn | to gather/create capital | |

| gây lên | to cause |
|---|---|
| "  ra | to cause |
| "  nên | to cause (a fire, confusion, misunderstanding, ...) |

1  to pretend, feign.   2  to fake, simulate, counterfeit.

| giả bộ | to pretend, feign | giả câm giả điếc | to play dumb |
|---|---|---|---|
| "   cách | to pretend | "   nhân  "   nghĩa | to pretend to be compassion- |
| "   cầy | pork dish used as ersatz dogmeat | | ate |
| | dish | | |
| "   dạng | to disguise oneself | (giấy) bạc giả | counterfeit money |
| "   danh | to pose as | mắt          " | artificial eye |
| "   dối | to be false, deceitful | răng          " | false teeth, denture |
| "   định | to be fictitious | tóc          " | wig, toupee |
| "   đò | to pretend | vàng          " | imitation gold |
| "   hiệu | false, feigned, sham | vú          " | falsies |
| "   hình | to disguise oneself | | |
| "   mạo | to forge, fake | | |
| "   ngộ | to pretend not to know | | |
| "   ngơ | to ignore, cut | | |
| "   như | suppose that, assuming | | |
| "   ốm | to feign illness | | |
| "   sử | suppose that, assuming | | |
| "   tá | to borrow | | |
| "   tảng | to pretend | | |
| "   thiết | to suppose, assume | | |
| "   thuyết | hypothesis, assumption | | |
| "   thử | see giả sử | | |
| "   tỉ | supposing that | | |
| "   trá | to be false, deceitful | | |
| "   trang | to disguise oneself | | |
| "   túc | pseudopod | | |
| "   tưởng | to be fictitious | | |
| "   vờ | to pretend, make believe | | |

1 to break (siege), cure (sorrow). 2 to counteract (injurious effect). 3 to explain (meaning). 4 to deliver (criminal). 5 to solve (math problem).

| | | |
|---|---|---|
| giải ách | to deliver from misfortune | |
| " binh | to disarm, demobilize | |
| " buồn | to alleviate sorrow | |
| " cứu | to rescue, deliver | |
| " chức | to relieve, dismiss | |
| " đáp | to answer, explain | |
| " đen | to rid of bad luck | |
| " đoán | to interpret | |
| " độc | to neutralize poison | |
| " giáp | to disarm | |
| " giới | to disarm | |
| " hạn | to deliver from danger | |
| " hoà | to resolve, mediate | |
| " kết | to untie a relation | |
| " khát | to quench thirst | |
| " khuây | to dispel sadness | |
| " lao | to take a break | |
| " muộn | see giải buồn | |
| " nghệ | to quit an occupation | |
| " nghĩa | to explain | |
| " ngũ | to get discharged | |
| " nguy | to head off danger | |
| " nguyên | top candidate at former provincial examination | |
| " nhiệm | to resign; to dismiss | |
| " nhiệt | to be antipyretic | |
| " oan | to clear of unjust charge | |
| " pháp | solution | |
| " phân | to divide, separate | |
| " phẫu | to dissect, operation | |
| " phiền | see giải buồn | |
| " phóng | to emancipate, liberate | |
| " quyết | to settle, solve | |

| | | |
|---|---|---|
| giải sầu | to alleviate sorrow |
| " tán | to dismiss, dissolve |
| " thể | to dissolve |
| " thích | to explain, interpret |
| " thoát | to free, liberate |
| " thuyết | interpretation, solution |
| " tích | to analyze |
| " toả | to release (funds) |
| " tiêu | to cancel, abrogate |
| " trí | to have distraction |
| " trừ | to eliminate |
| " vây | to lift a siege |

I to oversee, inspect. 2 to revise, look into. 3 mirror.

| giám binh | French commander of provincial barracks | Khâm thiên giám | Board of Astronomy |
|---|---|---|---|
| " định | to give expert opinion | niên " | yearbook, directory |
| " đốc | to direct/director | nội " | eunuch |
| " hiệu | school administration | Quốc tử " | Imperial College |
| " học | vice principal, director of courses | thái " | eunuch |
| " hộ | guardian (ship) | | |
| " khảo | examiner | | |
| " mục | bishop | | |
| " ngục | jailer, prison warden | | |
| " quốc | (Obsolete) President of a republic | | |
| " sát | to inspect, control | | |
| " sát viện | censorate | | |
| " sinh | student of Imperial College (called Quốc tử giám) | | |
| " sự | administrator | | |
| " thi | overseer, proctor, superviser | | |
| " thu | (tax) collection | | |
| " thủ | curator, custodian | | |
| " xưởng | workshop director | | |

1 to lower, demote. 2 to deliver (blow).

| | | | |
|---|---|---|---|
| giảng | cấp | to demote, downgrade | |
| " | chỉ | to issue an imperial decree | |
| " | chiếu | See giảng chỉ | |
| " | chức | to demote | |
| " | hạ | to descend | |
| " | hoạ | to send calamity from heaven | |
| " | hương | to emit fragrance | |
| " | lâm | to descend from heaven; to condescend to visit | |
| " | phàm | to come down into this world | |
| " | phúc | to bless | |
| " | sinh | to be born / Christmas | |
| " | thế | (of deity) to come down to the world | |
| " | trần | to descend into this world | |
| " | trật | to downgrade (personnel) | |

giảng cho nó một trận    to give him a beating

Bệnh của ông ta khi thăng khi giảng.    His condition fluctuates.

1 to explain.  2 to discuss, expound, preach.

| | | | | |
|---|---|---|---|---|
| giảng bình | to explain and comment | bế giảng | to close (session) |
| "    cầu | to study carefully | diễn  " | to lecture |
| "    cứu | to investigate | khai  " | to open (session) |
| "    dạy | to teach | khởi  " | to start (lecture) |
| "    diễn | to give systematic, orderly lecture | phụ  " | teaching assistant |
| "    đài | platform, lectern | | |
| "    đàn | chair, desk, rostrum, tribune | | |
| "    đạo | to preach | | |
| "    đề | topic, subject (of lecture) | | |
| "    đường | auditorium, lecture hall | | |
| "    giải | to explain, expound | | |
| "    hoà | to make peace, conciliate | | |
| "    huấn | to teach | | |
| "    khoa | course (of study) | | |
| "    kinh | to comment on classics | | |
| "    luận | to dissert, expound | | |
| "    nghĩa | to explain, interpret | | |
| "    nghiệm trưởng | research associate | | |
| "    "    viên | research assistant | | |
| "    sư | assistant professor | | |
| "    tập | to hold discussion, conduct training classes | | |
| "    thuật | integrated lecture | | |
| "    viên | instructor, lecturer | | |
| "    võ | to teach military arts | | |

l  to deliver (goods), hand over (task, money), entrust.  2  to join, intersect, exchange.  3  to communicate.

| | | | |
|---|---|---|---|
| giao bái | to exchange greetings | giao thiệp | to have (social) relations (với with) |
| " binh | to join battle, engage troops | | |
| " bôi | to exchange wine cups as newly-wed couple | " thoa | (physics) to interfere;(anatomy) to intersect/interference; intersection; chiasma, cross-wise fusion |
| " cảm | sympathetic (nerve) | | |
| " cầu | see giao hợp | | |
| " chiến | to be engaged in fighting / engagement | " thông | (roads, railroads) to communi-cate/communication, transport, traffic |
| " dịch | to trade, communicate | | |
| " du | to frequent/company | " " hào | communicating trench;  connect-ing trench |
| " điểm | point of intersection;  chiasma | | |
| " điện | alternator | " thời | transition period, turning point |
| " hảo | amicable relations | | |
| " hẹn | to agree, promise | " thừa | the transition hour between the old year and the new year;  New Year's Eve |
| " hiếu | (of villages) to have friendly relations | | |
| " hòa | to conclude an alliance | " thương | to have trade relations |
| " hoan | to enjoy together | " tiếp | to be in contact, have relations |
| " hoán | to exchange | " tình | friendship |
| " hoàn | to return | " tranh | see giao chiến |
| " hội | (astronomy) conjunction, synod | " tuyến | interlacing |
| " hợp | to have sexual intercourse | " tử | gamete |
| " hưởng | symphony | " ước | to promise, pledge oneself (to) |
| " hữu | friendship | | |
| " kèo | contract | bang giao | international relations |
| " kết | to establish relations | đoạn " | to sever relations |
| " lưu | to exchange | ngoại " | diplomatic relations; diplomacy |
| " ngân | to pay cash | tâm " | warm friendship |
| " phó | to trust, entrust, assign | | |
| " phong | to fight, go into action/ engagement | | |
| " tế | public relations, representation | | |
| " " phí | representation | | |

1 to pull (forcibly), jerk, snatch.  2 to contract involuntarily;  to spring back, shrink back, recoil.
3 to win (prize, trophy).  4 to borrow (money) for a short period.

| | | |
|---|---|---|
| giật cánh khuỷu | to tie both arms in the back | |
| " chén cơm | to get someone's job | |
| " chồng | to steal someone's husband | |
| " của | to run away with someone's money | |
| " cương | to pull the reins | |
| " dây | to pull the strings, control from behind the scene | |
| " gân | thrilling, exciting | |
| " giải | to win a prize | |
| " giật | to jerk, have a spasm, twitch and shake convulsively | |
| " hậu | to recoil | |
| " hội/hụi | to run away with a savings-and-loan fund | |
| " lùi | to move back, back up | |
| " lửa | to borrow on short term | |
| " mình | to be startled | |
| " ngược | to pull back, call back | |
| " nóng | to borrow on short term | |
| " sòng | to hold up a gambling den | |
| " tạm | to borrow on short term | |
| " tiền | to borrow money | |
| " tóc | to pull the sideburns of dying person in order to revive him; to pull some hair on top of head to cure headache | |

cướp giật — to snatch (purse, etc.)

súng không giật — recoilless rifle

giật gấu vá vai — to mend and patch here and there, manage with few resources

GIỮ

1 to hold, retain, maintain. 2 to keep. 3 to guard, safeguard. 4 to stop, hold back. 5 to assume (position).

giữ bo bo     to guard jealously

"    chỗ     to book a seat

"    giá     to have self-respect

"    độc quyền     to hold a monopoly

"    giàng     to maintain, preserve

"    gìn     to maintain, preserve

"    kẽ     to be cautious

"    khư khư     to guard jealously

"    lời     to keep one's word

"    lời hứa     to keep one's promise

"    miếng     to be careful, defensive

"    miệng     to watch one's language

"    mình     to protect one's life/honor

"    mồm giữ miệng     to watch one's language; to refrain from eating

"    rịt     to hold on, cling on

"    sổ sách     to keep books

"    tiếng     to guard one's reputation

"    trật tự     to maintain order

giữ lại     to hold back, retain, detain

"    lấy     to keep, conserve, preserve

bắt giữ     to arrest, detain

canh "     to guard

giam "     to lock up

gìn "     to preserve

phòng "     to guard, protect

nhà giữ trẻ     nursery

Ông ấy giữ Bộ Y tế trong ba năm. He held the Ministry of Health for three years.

vấn đề giữ gìn sự trong sáng của tiếng Việt the preservation of the purity and clarity of the Vietnamese language

1 to call, hail, summon; to signal. 2 to address. 3 to name, call. 4 to call on (to do something).

| | | | |
|---|---|---|---|
| gọi cổ phần | to invite investments | cháu gọi bằng ông | grandchild, i.e. the <u>cháu</u> |
| " cửa | to knock at the door | | who addresses you as <u>ông</u> 'grandfather' |
| " dây nói | to telephone | cháu gọi bằng cậu | nephew, niece, i.e. the <u>cháu</u> |
| " đàn | to call other members of the | | who addresses you as <u>cậu</u> 'maternal uncle' |
| | flock/herd | ăn gọi là | to eat just to be polite |
| " điện thoại | to telephone | làm gọi là | to work just enough |
| " hè | to announce the summer season | Vào thế kỷ thứ II, Hà-nội gọi là Thăng-long. In |
| " hồn | to summon a soul (through a me- | | the IIth century, Hanoi was called Thang-long. |
| | dium) | gọi dạ bảo vâng | to say "dạ" when called and |
| " là | to be named; as matter of form | | "vâng" when told to do something, -- to be |
| " sầu | to sing a sad tune | | polite |
| " tắc xi | to hail a taxi | | |
| " thầu | to invite bids | | |
| " xe | to hail a taxi | | |

| | | |
|---|---|---|
| kêu gọi | to call upon, appeal |
| lời " | call, appeal |
| tiếng " | call, appeal |

1 to lower. 2 to take down (from altar). 3 to take (enemy position). 4 to bring down, reduce. 5 to issue (order; ultimatum).

| | | | | |
|---|---|---|---|---|
| hạ bệ | to dethrone | hạ triện | to affix one's seal |
| " bộ | genitals | " tuần | last decade of month |
| " buồm | to lower the sails | " từ | to implore |
| " bút | to set one's pen | " tứ | to bestow |
| " cam | chancre, syphilis | | |
| " cánh | (of plane) to land | | |
| " cấp | lower rank(s) | bệ hạ | Sire, Your Majesty |
| " chỉ | to sign a decree | bộ " | underling, lackey |
| " cố | to condescend to visit | các " | Your Highness, Your Excellency |
| " cờ | to lower the flag | điện " | Your Highness |
| " du | delta, lowlands | giáng " | to lower, demote |
| " đẳng | low class | triệt " | to take down, bring down |
| " giá | to lower prices | túc " | Sir, Your Excellency |
| " giới | this world | | |
| " huyền | last quarter (of moon) | | |
| " huyện | to lower (coffin) into grave | | |
| " lệnh | to issue an order | | |
| " lời | to say something | | |
| " lưu | downstream, low class | | |
| " mã | to dismount | | |
| " màn | to lower the curtain | | |
| " mình | to lower oneself, stoop | | |
| " nang | scrotum | | |
| " nghị viện | lower house | | |
| " ngục | to send to jail | | |
| " sát | to murder | | |
| " sĩ quan | noncom officer | | |
| " tầng | lower stratum | | |
| " thần | I (your servant) | | |
| " thọ | 60th birthday | | |
| " thổ | to bury, inter | | |
| " thủ | to kill | | |
| " thuỷ | to launch (ship) | | |

1 to harass, plague.  2 to act, execute, practice.  3 to go, travel.

| | | | | | | |
|---|---|---|---|---|---|---|
| hành | binh | military operation | hành | thu | to collect (tax, debt) |
| " | chỉnh | administration | " | tinh | planet |
| " | cung | palace to accommodate traveling king | " | tội | to torture, persecute |
| | | | " | trang | luggage, baggage |
| " | dinh | See hành doanh | " | trạng | career (of mandarin) |
| " | doanh | headquarters | " | trình | trip; itinerary, route |
| " | đạo | to practice the Way/religion | " | tung | track, trail; whereabouts |
| " | động | to act / action | " | văn | to write / style |
| " | giả | Buddhist monk | " | vi | action |
| " | hạ | to ill-treat, maltreat, mistreat | | | |
| " | hình | to execute (prisoner) | chấp | hành | to execute / executive |
| " | hung | to assault, act with violence | cử | " | to perform (ceremony) |
| " | hương | to go on a pilgrimage | hoành | " | to do as one pleases, act like a bully |
| " | khách | passenger, traveler | | | |
| " | khất | to beg, panhandle | lộng | " | to abuse power, act arrogantly |
| " | khiển | minister; deity | quyền | " | power, authority |
| " | khúc | march (music) | thi | " | to carry out, implement |
| " | kinh | to menstruate | thực | " | to practice |
| " | lạc | to indulge in pleasure | | | |
| " | lang | hall, aisle, passageway, corridor | bộ | hành | to go on foot |
| " | lễ | to officiate | chỉ | " | digitigrade |
| " | lý | luggage, baggage | đồng | " | to travel together |
| " | nhân | traveler; diplomat | khởi | " | to start (a trip) |
| " | pháp | (of power) executive | song | " | to go parallel |
| " | phạt | to punish | thông | " | passport, laissez-passer |
| " | quân | military operation | tuần | " | to parade, march |
| " | quyết | to execute (prisoner) | xuất | " | to start/set out |
| " | sử | to exercise (right) | | | |
| " | sự | to do one's duty | | | |
| " | tàu | minor ministry official | | | |
| " | thích | to assassinate | | | |
| " | thiện | to do good deeds | | | |

1  to have no more.  2  to end, cease, be exhausted, be used up.  3  to require, take (so much time), cost (so much money).

| | | | |
|---|---|---|---|
| hết cả... | all... | Tôi hết gạo rồi. | I have no more rice (left). |
| "  cách | by all means | Gạo tôi hết rồi. | My rice is all gone. |
| "  cấp | by all means | Hết gạo rồi. | There's no more rice (left). |
| "  chỗ nói | indescribably | | |
| "  dạ | whole-heartedly | Tôi ăn hết rồi. | I ate it all up. |
| "  dỗi | extremely | Tôi tiêu hết rồi. | I spent it all up. |
| "  dời | to be done for | Tôi đọc hết rồi. | I read them all. |
| "  dường | in no way | | |
| "  hồn | to be scared out of one's wits | đọc hết | to finish reading |
| "  hơi | to be out of breath | làm hết | to finish doing, complete |
| "  lẽ | to use up all arguments | không sợ ai hết | not to fear anyone at all |
| "  lòng | whole-heartedly | không nói gì " | not to say anything at all |
| "  lời | to use up all arguments; to finish talking | hơn bao giờ " | more than ever |
| "  nhẵn | to be all finished | | |
| "  nói | to be speechless | | |
| "  nước | to be at the end of one's rope | | |
| "  ráo | to be all gone | | |
| "  rồi | to be finished | | |
| "  sạch | to be completely gone | | |
| "  sức | to try one's best to...; extremely, completely | | |
| "  thảy | all..., the whole... | | |
| "  thời | to have lost one's power or usefulness | | |
| "  tiệt | to be all gone | | |
| "  trọi | to be all finished | | |
| "  trơn | to be completely gone | | |
| "  trụi | to be all finished | | |

to become visible, appear.

| | | | | | |
|---|---|---|---|---|---|
| hiện | ảnh | photo developer | hiện | tượng | phenomenon |
| " | chức | to be in office | " | tượng luận | phenomenology |
| " | dịch | active service | " | vật | things in nature;  in kind |
| " | diện | to be present | | | (payment);  material things |
| " | đại | present times, modern times, | | | (as fringe benefits) |
| | | contemporary period | " | ý | present intention |
| " | đại hoá | to modernize | | | |
| " | giờ | at (the) present (time) | ẩn | hiện | to appear and disappear |
| " | hành | (of law) to be in force, in | biểu | " | to symbolize |
| | | effect | hiển | " | to be apparent |
| " | hình | to appear | thực | " | to achieve |
| " | hoá | goods in stock, available goods | xuất | " | to appear |
| " | hữu | to be presently existing; | phát | " | to discover |
| | | present, existing, on hand | | | |
| " | kim | actual cash | | | |
| " | nay | at present, now, nowadays | | | |
| " | ngân | cash | | | |
| " | nhiệm | incumbent | | | |
| " | sinh | existentialist/existentialism | | | |
| " | tại | present/at (the) present (time) | | | |
| " | thân | to be reincarnated/incarnation | | | |
| " | thế | present generation, modern | | | |
| | | generation | | | |
| " | thể | act | | | |
| " | thời | present/at (the) present (time) | | | |
| " | thực | to be realistic/realism;  to be | | | |
| | | real, actual | | | |
| " | tiền | to be immediate | | | |
| " | tình | the present situation, present | | | |
| | | conditions | | | |
| " | tốc | remaining velocity, terminal | | | |
| | | velocity | | | |
| " | trạng | present situation | | | |
| " | trường | (on) the spot | | | |

1 to become, turn into, be transformed into.  2 to burn (votive objects).  3 (of deity) to die.
4 -ize, -fy.

| hoá chất | chemical product | biến hoá | to change |
| " công | the Creator | cải " | to change for the better |
| " cốt | to ossify/ossification, ostosis | đồng " | to assimilate |
| " dại | to go crazy, go berserk | giáo " | to educate |
| " đá | fossilization | khai " | to educate, civilize |
| " đạo | to propagate the Dharma | phong " | customs and mores; morals |
| " điên | to go berserk | Tạo " | the Creator |
| " học | chemistry | tiến " | to evolve |
| " hợp | synthesis | tiêu " | to digest |
| " khí | to become a gas | văn " | culture |
| " kiếp | to reincarnate | | |
| " liệu pháp | chemotherapy | bần cùng hoá | to reduce to poverty |
| " lỏng | to liquefy | dân chủ " | to democratize |
| " lý | physical chemistry | đơn giản " | to simplify |
| " nghiệm | chemical experiment | hợp tác " | to collectivize |
| " nhi | the Creator | hiện đại " | to modernize |
| " phép | to do by magic; to perform a | hư " | to become corrupt |
| | miracle | thần thánh " | to deify |
| " ra | it turned out that ... | Việt(nam) " | to vietnamize |
| " sinh | biochemistry | vô sản " | to proletarianize |
| " thạch | fossil | | |
| " thần | (of deity) to appear on earth | | |
| " tính | chemical property | | |
| " trang | to disguise oneself, makeup | | |
| " trị | valence | | |
| " tục | to change customs and mores | | |
| " vàng | to burn leaves of gilded paper (as gold offerings to dead souls) | | |

1 to mix, blend.  2 to come to a draw, tie, break even.  3 to make peace with / peace, accord, harmony.

| hoà ái | affection | hoà tiền | to break even (after a game) |
|--------|-----------|----------|------------------------------|
| " âm | harmony, chord | " ước | peace treaty |
| " bình | peace / to be peaceful | " vị | to season (food) |
| " cục | concord, harmony | " vốn | to break even, recover capital |
| " dị | to be conciliatory | | |
| " đàm | peace talks | bão hoà | to saturate |
| " đồng | union | cầu " | to sue for peace |
| " giải | to mediate, conciliate | điều " | regular |
| " hài | harmony, concord | giải " | to make peace |
| " hảo | concord, harmony | giảng " | to mediate, make peace |
| " hiếu | to have peaceful relations | hài " | to be harmonious |
| " hoãn | to be moderate | hiếu " | to be peace-loving |
| " hội | peace conference | khoan " | to be easy, nice |
| " hỗn | to mix | ôn " | to be moderate, cool |
| " hợp | to be in accord, mix | trung " | to be neutral |
| " khí | harmony, accord; mixture (in carburator) | | |
| " khúc | concerto | | |
| " lạc | joy in peace | | |
| " lan | to be soluble | | |
| " lẫn | to mix | | |
| " mình | to blend into, mix with | | |
| " mục | accord, concord, harmony | | |
| " nghị | to negotiate for peace | | |
| " nhã | to be peaceful | | |
| " nhạc | concert | | |
| " nhan | peaceful face | | |
| " (nhàn) tử | neutron | | |
| " nhịp | to get in tune with | | |
| " sắc | to mix colors | | |
| " tan | to be soluble | | |
| " tấu | symphony | | |
| " thuận | to be in accord or harmony | | |

1 to study, learn.  2 to imitate, mimic.   3 the science/study of, -logy, -ics.

| học bạ | student file | học quan | educational authorities, education official |
|---|---|---|---|
| " bộ | Ministry of Education | | |
| " bổng | scholarship (award) | " sĩ | M.A., M.Sc. |
| " chế | educational system | " sinh | student (primary and high schools), schoolboy |
| " chỉnh | educational service, education | | |
| " cụ | school equipment, teaching aid | " tập | to study, learn; political indoctrination |
| " điền | scholarship ricefield | | |
| " đòi | to imitate; follow, copy, emulate | " thất | schoolroom, school house |
| " đồ | apprentice | " thi | to study for exams, cram |
| " đường | school | " thuật | learning, education |
| " gạo | to study hard | " thuộc (lòng) | to learn by heart |
| " giả | scholar, learned man | " thuyết | doctrine, system |
| " giới | educational circles | " thức | knowledge, learning |
| " hàm | academic title | " trò | pupil, student, schoolboy, schoolgirl, disciple |
| " hải | the sea of learning | | |
| " hành | to study | " vấn | instruction, education, learning |
| " hạnh | learning and behavior | " vị | academic title, degree |
| " hiệu | school | " việc | to be an apprentice |
| " hỏi | to study, learn, educate oneself | " viên | student (especially, adult one) |
| " hội | learned society | " viện | institute (of learning) |
| " khoá | course of study, term | " vụ | educational matters, educational affairs, academic affairs |
| " khu | school district | | |
| " kỳ | term, semester, session | " xá | student hostel |
| " lỏm | to learn merely by observing, pick up | | |
| | | hình học | geometry |
| " lực | capacity, ability (of a student) | hoá " | chemistry |
| " mót | to imitate, copy | kinh tế " | economics |
| " nghiệp | academic career | (ngôn) ngữ " | linguistics |
| " ôn | to review | sinh vật " | biology |
| " phái | school of thought | sử " | history |
| " phí | tuition fees, school fees | toán " | mathematics |
| " phiệt | clique of fellow-alumni; "old school-tie clique" | triết " | philosophy |
| | | văn " | literature |
| " phong | scholars' tradition | vật lý " | physics |

I  to ask, inquire.  2  to question, interrogate.  3  to ask in marriage.

| | | | |
|---|---|---|---|
| hỏi bài | to quiz | câu hỏi | question |
| " cung | to interrogate | dấu " | question mark;  mark for hỏi tone |
| " dò | to inquire, put out a feeler | thanh " | hỏi tone (dipping-rising) |
| " gạn | to shower with questions | | |
| " han | to ask, inquire | ăn " | betrothal, engagement |
| " lục vấn | to ask all kinds of questions | dò " | to put out feelers |
| " mua | to ask to buy | đòi " | to demand |
| " mượn | to borrow | học " | to learn |
| " nhỏ | to whisper a question | vặn " | to question |
| " nợ | to claim a debt | | |
| " thăm | to inquire about somebody's health;  to inquire, get infor-mation, ask directions | | |
| " tiền | to exact money, extort money | | |
| " tội | to extract a confession, accuse, charge | | |
| " tra | to question | | |
| " vay | to borrow (money) | | |
| " vặn | to question | | |
| " vợ | to ask a girl's hand in marriage | | |
| " xin | to ask, request | | |

1 to return to life, be revived. 2 to return to normalcy. 3 to return, go back, come back. 4 to give/send back.

| | | | | |
|---|---|---|---|---|
| hồi âm | to reply / response, answer | hồi tục | to quit religious life, leave (temple, church) |
| " bái | to return a bow | | |
| " báo | to go back and report | " tưởng | to recall, recollect |
| " binh | to withdraw troops | " ức | memories, remembrances |
| " chuyển | to revolve, gyrate | " vị | to return to one's position |
| " cố | to turn around to look | " xuân | to become young again |
| " cư | to return to one's home (after evacuation) | khứ hồi | round trip |
| " dưỡng | (of medicine) to restore life | phản " | to return |
| " đáp | to answer, reply | phục " | to recover, restore |
| " đầu | to turn back | quy " | to return |
| " gia | to return home | thái " | to dismiss |
| " hương | to return to one's native village/ country | vãn " | to restore (peace, order, etc.) |
| " hưu | to retire (from work) | | |
| " kinh | to come back to the capital | | |
| " ký | memoirs | | |
| " loan | (of monarch) to return from a trip | | |
| " lương | (of prostitute) to quit one's profession | | |
| " nhượng | to cede back | | |
| " niệm | to reminisce | | |
| " phục | to restore, recover (health) | | |
| " quy | to return | | |
| " sinh | to restore to life | | |
| " tâm | to regret, repent | | |
| " thoại | to answer | | |
| " thủ | to turn around | | |
| " tịch | to take back one's citizenship | | |
| " tỉnh | to regain consciousness | | |
| " tố | retroactive(ly) | | |

1  to gather, meet (in order to discuss), assemble / assembly, association, society;  festival.  2  to fulfill (requirements).  3  to understand, comprehend.

| hội ẩm | to drink together | hội trưởng | president (of a society) |
|---|---|---|---|
| " bảo | press conference | " tụ | to converge |
| " binh | to gather troops | " viên | member (of a society) |
| " chứng | syndrome | " xã | society, corporation |
| " diễn | variety show, festival | " ý | to consent, agree;  to confer; |
| " diện | to meet (face to face) | | to understand |
| " đàm | to confer / talks | | |
| " điển | code | công hội | labor union |
| " đoàn | group, society | đại " | festival;  general conference, |
| " đồng | board, council | | general assembly |
| " hè | associations: festivals, fiestas | hiệp " | association |
| " họp | to gather, meet | hoà " | peace talks/conference |
| " hợp | See hội họp | lãnh/lĩnh hội | to understand |
| " hữu | gathering of friends | quốc " | national assembly, congress |
| " kiến | to see, meet | thương " | merchants' association |
| " kín | secret society | tụ " | to gather, meet |
| " minh | alliance | uỷ " | commission |
| " nghị | to confer, convene / congress, conference, convention | | |
| " ngộ | to encounter, meet | | |
| " quán | clubhouse, headquarters | | |
| " sở | main office;  clubhouse | | |
| " tài | to pool capital | | |
| " tầm | to understand | | |
| " tập | to gather | | |
| " tề | local administration set up by French colonialists | | |
| " thảo | to discuss / seminar | | |
| " thẩm | people's representative serving on jury | | |
| " thông | to understand | | |
| " thương | to confer | | |
| " trường | conference hall | | |

1 to unite, group.  2 to agree, be compatible.

| | | |
|---|---|---|
| hợp ca | chorus | |
| " cách | to be appropriate | |
| " cẳn | wedding feast | |
| " chất | compound, mixture | |
| Hợp chúng quốc | the United States | |
| hợp cổ | joint stock | |
| " danh | to merge | |
| " doanh | joint enterprise | |
| " dụng | to adapt | |
| " đai | multinary set | |
| " đồng | contract | |
| " hiến | constitutional | |
| " khí | gas mixture | |
| " kim | alloy | |
| " lẽ | to be reasonable, logical, sensible | |
| " lệ | to be in order | |
| " lực | to join forces | |
| " lưu | to flow or run together, confluent | |
| " lý | to be rational, reasonable | |
| " lý hoá | to rationalize | |
| " nhất | to unite, unify;  to be united | |
| " pháp | to be legal, lawful | |
| " pháp hoá | to legalize | |
| " quần | to unite | |
| " sức | to unite forces | |
| " tác | to cooperate | |
| " tác hoá | to collectivize | |
| " tác xã | cooperative | |
| " tấu | chorus, concert | |
| " thiện | philanthropic | |
| " thời | to be timely;  fashionable, opportune | |
| " thức | to be proper, appropriate, suitable | |

| | | |
|---|---|---|
| hợp thức hoá | to regularize | |
| " tính | to be compatible | |
| " tuyển | anthology | |
| " tư | to pool capital | |
| " tử | zygote | |
| " vận | to rhyme together | |
| " xướng | chorus | |
| " ý | to meet one's desire, fulfill one's wishes | |

| | | |
|---|---|---|
| hợp lại | to group, join | |
| " với | to get along fine with, be compatible with | |

| | | |
|---|---|---|
| hoà | hợp | harmony, concord |
| hỗn | " | mixed, (committee) joint |
| kết | " | to combine |
| Liên | " quốc | United Nations |
| ô | " | heterogeneous, undisciplined |
| phù | " | consonant with |
| tác | " | to bring together (boy and girl) |
| thích | " | suitable, appropriate |
| tổng | " | synthesis / synthetic;  comprehensive |
| thống | " | to unite / solidarity |

to teach, instruct, educate.

| | | | | | |
|---|---|---|---|---|---|
| huấn chỉnh | political education | | cải huấn | to reeducate, reform |
| " cụ | training equipment | | chỉnh " | political instruction |
| " dụ | to teach, advise | | chỉnh " | to reeducate / reeducation |
| " dục | to educate | | giáo " | to teach |
| " đạo | education officer | | giảng " | to teach |
| " điều | instructions, advice | | quân " | military training |
| " giới | to advise | | tuyên " | propaganda and training |
| " hoá | to educate | | | |
| " học | to train and study | | | |
| " hỗ | to comment (on classics) | | | |
| " hối | to teach | | | |
| " lệnh | order, directive, instructions | | | |
| " luận | to discuss | | | |
| " luyện | to train, teach | | | |
| " luyện viên | trainer, coach | | | |
| " mông | to educate the children | | | |
| " nghệ | vocational education | | | |
| " sự | instructor, trainer | | | |
| " thị | instructions, directives | | | |
| " từ | speech, lecture | | | |
| " xạ | gunnery training | | | |

to face, look.

| | | | | | |
|---|---|---|---|---|---|
| hướng | chuẩn | orienting line | chỉ | hướng | ambition, aspiration |
| " | dẫn | to guide, lead | định | " | set course |
| " | dương | sunflower | lạc | " | to go astray |
| " | đạo | guide; boy scout | phương | " | the four directions |
| " | " sinh | boy scout | ý | " | intention |
| " | giác | bearing | | | |
| " | gió | wind direction | hướng | lên trời | skyward |
| " | mộ | to be inclined toward | " | về Tổ quốc | to turn toward the Father- |
| " | nhật | to face the sun | | | land |
| " | nội | to be introvert | " | về tương lai | to look to or face the |
| " | tâm | centripetal; endocentric | | | future |
| " | thiện | to seek the good | | | |
| " | thượng | to look/strive upward | | | |
| " | trục | (of force) axipetal | | | |
| " | xạ | gun director | | | |

to enjoy, receive, collect (inheritance, salary, allowance, benefits).

| | | |
|---|---|---|
| hưởng dụng | to enjoy | |
| " lạc | to enjoy oneself | |
| " linh | to reach the age of 50 | |
| " lộc | to receive fringe benefits | |
| " lợi | to collect income/profit | |
| " phúc | to be blessed | |
| " thọ | (to die) at the age of... | |
| " thụ | to enjoy (material benefits) | |
| an hưởng | to enjoy | |
| chung " | to enjoy together | |
| thụ " | to enjoy, receive | |
| thượng " | (to deity) Please enjoy these offerings! | |
| tận " | to fully enjoy | |

chủ nghĩa hưởng lạc    hedonism

Chúng tôi lấy làm đau buồn kính cáo rằng Cụ X. đã tạ thế ngày..., hưởng thọ 80 tuổi.    We mournfully announce that Mr. X. passed away on..., at the age of 80.

X. được hưởng phụ cấp gia đình.    X. is entitled to a family allowance.

X. hưởng được một cái gia tài lớn.    X. inherited a colossal fortune.

1 to pull, draw, haul, drag. 2 to spin (cotton), draw out (ductile metal) into a wire, make (jewels). 3 to move (troops). 4 (of cloud, crowd) to move. 5 (of event) to drag on, last. 6 to play (violin, etc.) with a bow. 7 to hoist (flag), trice up (sail).

| | | |
|---|---|---|
| kéo bè | to form a gang, gang up | |
| " bộ | to go on foot, walk (a long way) | |
| " cánh | to form a gang/clique | |
| " cày | to work hard, toil hard | |
| " co | tug-of-war | |
| " cưa | to saw (big log); to spend much time on a task | |
| " dài | to stretch, lengthen, drag on, drag out, last | |
| " lại | to make up, recover | |
| " lê | to drag, trail | |
| " lui | to withdraw | |
| " quân | to move troops | |
| " sợi | to spin | |
| " vây kéo cánh | to form a gang/clique | |

| | |
|---|---|
| chèo kéo | to try to influence, talk people into buying, etc. |
| kẹo " | pull-out candy |
| lôi " | to pull and drag |
| máy " | tractor |
| xe " | rickshaw |

Cuộc họp kéo dài đến hai giờ.    The meeting lasted until 2 o'clock.

Ông ấy biết kéo nhị.    He can play the Chinese violin.

| | |
|---|---|
| kéo đi | to pull away |
| " lại | to pull back/toward |
| " đi kéo lại | to pull back and forth |
| " ra | to pull out |
| " vào | to pull in |
| " lui | to pull backward |
| " tới | to pull forward |
| " lên | to pull up |
| " xuống | to pull down |
| " qua/sang | to pull across |
| " về | to pull back to |
| " đến/tới | to pull toward |

1 to succeed. 2 to continue. 3 to inherit. 4 to connect.

| | | | |
|---|---|---|---|
| kế cận | to be adjoining | cha kế | stepfather |
| " chân | to succeed, replace | mẹ " | stepmother |
| " chỉ | to continue the will or tradition | thừa " | inherit |
| | of parents | vợ " | second wife |
| " điện | to relay electricity | | |
| " hậu | to carry on lineage | | |
| " mẫu | stepmother | | |

X. ngồi kế bên tôi.    X. sat next to me.

kế đó...     after that,...

| | |
|---|---|
| " nghiệp | to take over (a position), continue the family tradition |
| " ngôi | to succeed on a throne |
| " nhiệm | to succeed (someone at a position) |
| " phối | secondary wife |
| " phụ | stepfather |
| " quyền | inheritance |
| " sản | heritage |
| " tập | to inherit (title, etc.) |
| " thất | second wife |
| " thế | to perpetuate / successive generations |
| " thiếp | second wife (of a widow) |
| " thừa | to inherit (estate, tradition) |
| " tiếp | succeeding, successive |
| " tục | to continue, follow, succeed |
| " tử | adopted heir |
| " tự | adopted heir |
| " tự | successive order |
| " vị | to succeed (a monarch) |

1 to tie, fasten. 2 to end, conclude (agreement). 3 to congeal.

| | | |
|---|---|---|
| kết án | to convict; to sentence | |
| " bạn | to become a friend | |
| " băng | to freeze | |
| " bè | to gang up | |
| " cấu | structure | |
| " cỏ | to show gratitude | |
| " cú | the concluding sentence | |
| " cục | conclusion | |
| " duyên | to get married (với   to) | |
| " đảng | to gang up | |
| " điểm | score (in game) | |
| " đôi | to get married | |
| " đoàn | to form a group | |
| " giao | to team up, gang up | |
| " hôn | to get married, wed | |
| " hợp | to unite | |
| " khiểm | to record a deficit | |
| " khối | to aggregate | |
| " liên | to unite, be allied | |
| " liễu | to come to an end | |
| " lọn | to flocculate | |
| " lợp | to be overlapping, be imbricate | |
| " luận | to conclude, conclusion | |
| " lực | cohesion, force of cohesion | |
| " mạc | conjunctiva | |
| " mỏ | conjunctiva (anatomy) | |
| " nạp | to enlist (party members, etc.) | |
| " nghĩa | to get married | |
| " oán | to cause resentment | |
| " quả | result, outcome | |
| " số | balance (of account) | |
| " tầng | sedimentation | |
| " tập | to gather, unite, group, regroup | |
| " thạch | calculus, stone | |

| | | |
|---|---|---|
| kết thân | to befriend, become friendly with |
| " thúc | to end |
| " tinh | to crystallize |
| " toán | to balance |
| " tóc | to get married, wed |
| " tội | to accuse, charge |
| " tràng | colon |
| " trương | to close an account |
| " tụ | to conglomerate |
| " tủa | to precipitate; be precipitated |
| " tụng | to end a lawsuit |
| " ước | to contract, make a contract |
| " xã | to form associations |

| | |
|---|---|
| cam kết | to guarantee |
| đoàn " | to unite |
| sơ " | preliminary summary |
| tập " | to regroup |
| tổng " | summary |

1 to sound, ring. 2 to shout, cry out, yell. 3 to complain, plead. 4 (of prose) to sound nice. 5 to call for, summon, order.

| | | |
|---|---|---|
| kêu ca | to complain, grumble | |
| " cầu | to pray, beseech, implore | |
| " cứu | to cry for help | |
| " điện thoại | to telephone, call on the phone | |
| " gào | to cry out in protest | |
| " gọi | to call on, appeal to | |
| " khóc | to cry and holler, lament, bewail | |
| " la | to cry in pain or anger, scream | |
| " nài | to insist, entreat, implore | |
| " oan | to protest one's innocence, plead non-guilty | |
| " ra tòa | to summon to court | |
| " trời | to scream | |
| " van | to entreat, beg, beseech | |
| " xin | to beg, beseech | |

kêu đi kêu lại  to call/shout/telephone repeatedly

kêu lên kêu xuống  to complain repeatedly

Chuông kêu rồi.  The bell sounded.

Chim kêu.  The birds are singing.

Nó kêu ầm lên.  He screamed loudly.

Nó kêu rức đầu.  He complained about a headache.

Thầy giáo kêu thằng Giáp lười.  The teacher complained about Giáp's laziness.

Anh kêu đồ ăn chưa?  Have you ordered (some food) yet?

1 to clear (khai thông). 2 to open. 3 to declare, state. 4 to expel (khai trừ).

| | | |
|---|---|---|
| khai ấn | to use one's seal for the first time in the year | |
| " bảo | to declare | |
| " bút | to write one's first essay (on New Year's Day) | |
| " canh | to plow (field) the first time | |
| " chiến | to declare war | |
| " diễn | to start (lecture, theatrical performance) | |
| " đao | to behead someone to start battle | |
| " đạo | to open the road | |
| " đoan | to begin, start | |
| " giá | to give cost estimate | |
| " gian | to make a false statement | |
| " giảng | (of a school) to open; (of a course) to begin | |
| " hạ | to start the New Year celebrations (on the seventh day of lunar month) | |
| " hấn | to start the hostilities | |
| " hoa | to bloom, blossom | |
| " hoá | to civilize, enlighten | |
| " hoả | to open fire | |
| " hoang | to clear new lands for cultivation | |
| " học | to open a course | |
| " hội | to open a meeting | |
| " huyệt | to dig a grave | |
| " khẩn | See khai hoang | |
| " khẩu | to open one's mouth | |
| " khoá | to open a school term | |
| " khoáng | to exploit a mine | |

| | | |
|---|---|---|
| khai kinh | to start Buddhist prayers | |
| " liệt | to enumerate, cite | |
| " lộ | to clear the way | |
| " mả | to exhume, disinter | |
| " mạc | (of conference) to open | |
| " man | to make a false statement | |
| " mào | to open. begin | |
| " mỏ | to mine | |
| " nghị | to start discussions | |
| " nghiệp | to start an undertaking, career | |
| " nguyên | to found a dynasty, be epoch-making | |
| " nhiệm | (of official) incoming | |
| " niên | New Year's Day | |
| " phá | to clear (land) | |
| " phong | to open a sealed envelope | |
| " phóng | to emancipate, set free | |
| " phục | to rehabilitate | |
| " phương | to extract the square root | |
| " quan thuế | to fill out a customs form | |
| " quang | to defoliate, clear | |
| " quân | to set an army | |
| " quật | to exhume, disinter, make excavations | |
| " quốc | to found a nation, build an empire | |
| " sáng | to found | |
| " sinh | to declare a childbirth / birth certificate | |
| " sơn | to pierce the mountains | |
| " sơn phá thạch | to be a pioneer | |
| " tạc | to dig | |

| | | | |
|---|---|---|---|
| khai tạo | to found, create | khai lại | to make a new statement |
| " tâm | to open the mind | " đi khai lại | to make statement after |
| " thác | to exploit (land, resources) | | statement |
| " thiên lập địa | to create the world | " xuống | to state (fact, ...) in |
| " thông | to clear, open up; to make | | writing |
| | someone see the light | | |
| " thủ | to begin, start (something) | bán khai | (country) half-developed, |
| " thuế | to file an income tax return | | developing |
| " thuỷ | to begin, start | công " | public(ly) |
| " tịch | to create, discover | cung " | to make a deposition |
| " triển | to develop, evolve | lời " | statement (the words) |
| " trình | to declare | tờ " | statement (the form) |
| " trừ | to expel, purge | triển " | to develop (idea, theme) |
| " trương | to open a business, shop | | |
| " trường | first day of school | mãn nguyệt khai hoa | to have one's baby |
| " tuế | New Year's Day | | |
| " tử | to declare a death | | |
| " vị | to whet the appetite / appetizer; | khai đúng sự thực không hơn không kém | to tell |
| | before-dinner drink, cocktail | the truth and nothing but the truth | |
| " xuân | to begin the New Year | | |
| " xướng | to instigate | | |

1 to do research. 2 to examine, test (students). 3 to compare (prices). 4 to torture (in order to get information, money).

| | | | | |
|---|---|---|---|---|
| khảo chứng | to check evidence / data | chủ khảo | chief examiner |
| " chứng học | textual criticism | chung " | final examination |
| " cổ | to investigate historical data | chuyên " | monograph |
| " cổ học | archeology | giám " | examiner |
| " của | to beat up (victim) in order to get money | phụ " | research assistant |
| | | phúc " | second examiner |
| " cứ | to search for evidence | sơ " | preliminary exam |
| " cứu | to do research | tra " | to question at length |
| " dị | variant (of text) | | |
| " duyệt | to examine, analyze | khảo đi khảo lại | to search and search (working with materials); to test (student) again and again |
| " đính | to revise, edit | | |
| " giá | to survey prices | | |
| " hạch | to examine (students) | khảo lên khảo xuống | to torture, extort again and again |
| " hướng | approach (in research) | | |
| " khoá | regional examination | | |
| " lự | to give thoughtful attention | bảng khảo giá | cost estimate |
| " quan | examiner | Viện Khảo cổ (học) | Institute of Archeology |
| " sát | to examine, investigate | hội đồng giám khảo | board of examiners |
| " thí | examinations | | |
| " thích | to analyze and annotate | | |
| " tiền | to demand money (from parent, spouse) | | |
| " tra | to investigate and scrutinize | | |

to begin, start.

| | | | | | |
|---|---|---|---|---|---|
| khởi binh | to raise troops | | đồng khởi | to rise simultaneously / simultaneous uprisings |
| " chiến | to start hostilities | | | |
| " công | to begin (work, task) | | sơ " | initial |
| " dụng | to commission (boat...) | | tiên " | initially |
| " đầu | to begin | | | |
| " đề | preamble | | Vạn sự khởi đầu nan. The beginning of every business is difficult. |
| " đi | to start out | | | |
| " điểm | starting point | | | |
| " động | to do warm-up exercises | | | |
| " hành | to depart, set out, leave | | | |
| " hấn | to start hostilities | | | |
| " kiến | original idea | | | |
| " loạn | to rise up, rebel | | | |
| " nghĩa | to lead a national revolt / rebellion, uprising | | | |
| " nghịch | to rebel | | | |
| " phát | to start, originate | | | |
| " sắc | to prosper, thrive, pick up, look better | | | |
| " sơ | beginning, initial | | | |
| " sự | to begin, start (work) | | | |
| " thảo | to sketch, outline, draft | | | |
| " thủy | to begin / at the origin | | | |
| " tố | to start a law suit | | | |
| " tổ | founder, forefather | | | |
| " trình | to start a journey | | | |
| " xạ điểm | initial firing point | | | |
| " xướng | to instigate, lead, start (movement) | | | |

to check, verify, control, examine, inspect

| | | | | | |
|---|---|---|---|---|---|
| kiểm | chứng | to verify | kiểm | thị | to criticize |
| " | công | checker, verifier | " | thúc | to watch, supervise |
| " | dịch | quarantine | " | thự | to check, verify |
| " | duyệt | to censor (press) | " | tra | to check, inspect, control/ |
| " | điểm | to review, tally | | | census |
| " | đốc | to manage, direct | " | xét | to examine, control |
| " | giá | price control | | | |
| " | hiệu | to try, test | | | |
| " | hoá | to check merchandise | | | |
| " | học | education official | | | |
| " | kê | to inventorize | | | |
| " | khảo | to examine, investigate | | | |
| " | lâm | forestry service | | | |
| " | nghiệm | to analyze, test (blood, urine; principle, law) | | | |
| " | nhận | to control, visa | | | |
| " | phiếu | to count the votes | | | |
| " | sát | to check, inspect | | | |
| " | soát | to control | | | |
| " | thảo | to criticize | | | |

to respect, honor.

| | | |
|---|---|---|
| kính ái | | to love and respect |
| " | bẩm | to report respectfully (used in addressing superior) |
| " | biểu | to offer respectfully |
| " | cáo | respectfully yours |
| " | cẩn | to be respectful, deferential |
| " | chúc | respectful wishes |
| " | chuộng | to love & respect, respect & esteem |
| " | dâng | to present respectfully |
| " | đạt | to submit respectfully |
| " | lão | to respect the old |
| " | mến | to respect and esteem |
| " | mộ | to admire and respect |
| " | mời | to invite respectfully |
| " | nể | to have regard and consideration for |
| " | nhường | to have respect and consideration for |
| " | phục | to admire |
| " | sợ | to respect and fear |
| " | tạ | to thank respectfully |
| " | tặng | to present respectfully |
| " | thăm | to greet |
| " | thỉnh | see kính mời |
| " | thuận | to be obedient and respectful |
| " | thưa | to report respectfully |
| " | trình | to report respectfully |
| " | trọng | to respect |
| " | viếng | to pay one's respects to a dead person |
| " | ý | homage, respects |
| " | yêu | to respect and love |

| | | |
|---|---|---|
| cổ | kính | to be mature, strong; to be ancient |
| cung | " | to be respectful |
| thành | " | to be sincere and respectful, be sincerely respectful |
| tôn | " | to honor, venerate |
| tương | " | to respect each other |

Kính gửi Ông Bộ trưởng Bộ Giáo dục

    To His Excellency the Minister of Education

Kính thư,     Respectfully yours,

Kính bút,     Respectfully yours,

1 to sign.  2 to record.  3 to send.

| | | |
|---|---|---|
| ký âm | to write music (notes) |
| " bạ | make an entry in the book, register |
| " chú | to annotate;  to remind |
| " chứng | receipt |
| " danh | to register one's name |
| " giả | newsman, correspondent |
| " hiệu | symbol |
| " hoạ | to sketch |
| " kết | to sign, conclude |
| " khố | to consign to a warehouse |
| " lục | secretary, clerk, recorder, scribe |
| " lực | memory power |
| " ngụ | to reside, to live |
| " nhận | to acknowledge (receipt), make out receipt |
| " phụ | godfather |
| " quỹ | to deposit (security money) |
| " sinh | to be parasitic |
| " " trùng | parasite |
| " sự | memoirs, essays |
| " tải | to charter (boat, etc.) |
| " táng | to bury temporarily |
| " tắt | to initial |
| " thác | to entrust, deposit |
| " thuật | to narrate |
| " trình | to register |
| " truyện | story |
| " trữ | to deposit |
| " túc | to board |
| " túc xá | dormitory |
| " ức | memory |
| " ức pháp | mnemonics |

| | | |
|---|---|---|
| ký vãng | | the past;  memoirs |
| bút | ký | to write/note/jot down / written records |
| chữ | " | signature |
| chữ | " tắt | initials |
| nhật | " | diary |
| (thể) | " | notes, memoirs (as a genre) |
| thư | " | secretary |
| thư | " đánh máy    typist |
| tốc | " | shorthand |
| truyện | " | stories |

1 to be (so-and-so), equal, be like, become. Bà ấy là người Hành-thiện. She's a native of Hanh-thien. Chúng tôi là học sinh, chứ không phải là giáo viên. We are students, not teachers. Năm với sáu là mười một. Five and six is eleven. Nói thế là sai. To say so is incorrect. Nói thế không phải là không đúng. To say so is not incorrect. Làm thế chưa phải là đã tốt. To do so is not (necessarily) good. Đây là Tiếng nói Việt-nam. This is the Voice of Vietnam. Đấy là Khoa tiếng Việt. That is the Vietnamese Department. Lươn là một loài cá. Eels are a kind of fish. Làm báo là nguyện vọng của tôi. My wish is to be a journalist. 2 (conjunction marking result or consequence). (Hễ) không đội mũ là bị cảm ngay. I always catch cold if I don't wear a hat. 3 that. Tôi biết/nghĩ là... I know/think that... 4 (particle) Ngon (ngon) ngon là! It's so delicious!

| | | |
|---|---|---|
| âu là | | perhaps it would be better to... |
| chả | " | Well, it's like this... |
| chính | " | exactly; actually |
| dù | " | although |
| dẫu | " | although |
| gọi | " | for formality's sake |
| hay | " | or; how about...? |
| hoặc | " | or |
| miễn | " | provided that |
| nghĩa | " | that is to say |
| như | " | like, such as |
| rất | " | very, quite |
| số | " | See chả là |
| thật | " | really... |
| thực | " | really... |
| tuy | " | although |

l to come, go. 2 back. đánh lại to hit back. trả lại to pay back, give back. 3 also. Thằng bé này lớn lên chắc lại thông-minh như bố. This boy will definitely be as intelligent as his father when he grows up. 4 and also. Đã được ăn lại xin cả gạo. Not only did he get to eat, he also asked for some uncooked rice to take home. 5 yet. Đã trượt thì câm đi, lại còn khoe giỏi làm gì? Shut up if you have flunked the exam: what are you still bragging about? 6 to act contrary to expectations. Sao lại sừng sộ thế? Why do you use those arrogant words? 7 to do again/over. Nhiều lỗi quá, phải đánh máy lại. Too many mistakes: I'll have to type it over. xây lại to rebuild. 8 to do again, resume ...-ing. Ăn xong họ lại đánh bài. After dinner they resumed playing cards. 9 to reduce. chạy chậm lại to slow down. gói lại to wrap up.

| | | | | | |
|---|---|---|---|---|---|
| lại | bữa | to eat after recovering from illness | đáp | lại | to return (favor) |
| | | | giành | " | to claim back |
| " | gạo | (of rice cake) to harden at places | hoàn | " | to reimburse, refund |
| " | giống | (of biological trait) to reappear in descendant | trả | " | to pay back, return |
| " | hồn | to recover from fear | chỉnh đốn lại | | to reorganize |
| " | mặt | (of newly-weds) to pay visit to bride's family | khôi phục | " | to recover |
| | | | sửa | " | to correct |
| " | người | to regain strength (after illness) | tu bổ | " | to repair (building) |
| " | quà | to return (part of bride price) | | | |
| " | sức | to regain strength (after illness) | bó | lại | to tie up (in bundle) |
| | | | cộng | " | to add up |
| bay | lại | to fly to | cuộn | " | to roll up |
| bò | " | to crawl to | đóng | " | to shut, close |
| bước | " | to step to | cản | " | to stop, impede |
| chạy | " | to run to | dừng | " | to stop (moving) |
| đi | " | to go/come/walk to | hoãn | " | to postpone |
| | | | ngăn | " | to prevent |
| bay đi bay | lại | to fly back and forth | | | |
| bò " bò | " | to crawl back and forth | lại nữa | | moreover |
| bước " bước | " | to step back and forth | loài nhai lại | | ruminants |
| chạy " chạy | " | to run back and forth | ngược lại | | conversely, vice versa |
| | | | nói tóm lại | | in short |
| đi đi lại lại | | to move/go to and fro | phần còn lại | | the remainder |
| | | | trái lại | | on the contrary |
| chống lại | | to fight back, oppose | vả lại | | besides, moreover |

1 to work. Phải làm mới có ăn. You have to work before you have something to eat. 2 to do. Chị làm gì đẩy? What are you doing? Hai tuần nay không có gì làm. I haven't had anything to do these two weeks. 3 to make, manufacture. làm cỗ to prepare a banquet. làm bánh to bake a cake, make pastries. làm loạn to rebel. 4 to kill (animal for meat). 5 to work as. Anh ấy làm luật-sư. He's a lawyer. 6 to earn, make (profit). 7 to be, act as. làm cha to be a father. làm đầy tớ cho thực dân to be a servant of the colonialists. 8 to pretend to. làm mặt giận to feign anger. 9 to use as. lấy cặp sách làm gối to use the briefcase as a pillow.

| | | | |
|---|---|---|---|
| làm ăn | to work, make a living | làm nhục | to dishonor; to defile, rape |
| " bạn | to befriend; to marry | " nũng | to wheedle (parent, husband) |
| " biếng | to be lazy | " ơn | to do a favor |
| " bộ | to be arrogant, haughty | " phách | to be arrogant, put on airs |
| " cái | to be the banker in card game | " phản | to betray |
| " chay | to conduct Buddhist mass | " ruộng | to farm, be a farmer |
| " chứng | to testify | " rể | to be a son-in-law |
| " cỏ | to weed; to wipe out | " thân | to befriend |
| " công | to work for wages | " thinh | to play dumb |
| " dáng | to be coquettish | " thịt | to slaughter |
| " dâu | to be a daughter-in-law | " tiền | to earn money illegally, extort; |
| " dấu | to cross oneself | | to be a prostitute |
| " đĩ | to be a prostitute | " vì | to be a figurehead |
| " đom | to be coquettish | " ` việc | to work |
| " già | to overplay one's hand, bluff | | |
| " giàu | to get rich, enrich | chặt cái cành cây làm ba đoạn   cuts the tree |
| " gương | to set the example | branch into three parts |
| " khách | to be formal, stand on ceremony | hét to làm ai cũng sợ . yelled so loudly as to |
| " lành | to make up (after quarrel) | scare everyone |
| " lễ | to perform/conduct a ceremony | làm mình làm mẩy   to go into a tantrum |
| " lông | to pluck feathers/hair (of animal) | làm mưa làm gió   to do as one pleases |
| " lụng | to work (hard), toil | làm tình làm tội   to put ... through trouble |
| " ma | to stage a burial | |
| " mai | to be a matchmaker | |
| " mẫu | to use/serve as model | |
| " mối | to be a matchmaker; to serve as | |
| | a go-between | |
| " nên | to succeed (in life) | |

1 to receive (pay, order, etc.), accept.  2 collar, to lead.

| lãnh / lĩnh | binh | military commander |
| " | canh | to be a tenant farmer |
| " | chúa | overlord |
| " | đạo | to lead/leader |
| " | địa | fief |
| " | gạo | to receive rice ration |
| " | giải | to understand |
| " | giáo | to receive instructions or advice |
| " | hải | territorial waters |
| " | hóa giao ngân | cash on delivery |
| " | hội | to comprehend |
| " | không | air space |
| " | lương | to receive salary |
| " | mệnh | to obey orders |
| " | ngộ | to understand |
| " | nhận | to receive, accept |
| " | sự | consul |
| " | sự quán | consulate |
| " | thổ | territory |

| lãnh/lĩnh | trưng | to receive a government franchise |
| " | tụ | leader |
| " | vực | field, domain, realm |
| " | ý | to abide by someone's wishes |

| bản | lãnh/lĩnh | ability |
| bảo | " | to guarantee, vouch |
| cương | " | guidelines |
| nhận | " | to receive |
| thống | " | to command (troops) |
| thủ | " | leader |
| truy | " | to receive retroactively |

to encounter, meet (accident, situation).

| | | | | |
|---|---|---|---|---|
| lâm bệnh | to fall sick, be taken ill | giáng lâm | to come down |
| " biệt | at the moment of parting | quang " | to visit an "inferior" |
| " bồn | childbirth, parturition | thân " | to come in person |
| " chung | to be about to die | | |
| " hành | to go, leave, depart | lâm vào cảnh nghèo nàn | to be living in poverty |
| " luy | to be implicated | lâm vào thế tiến thoái lưỡng nan | to be caught |
| " nạn | to encounter an accident | in a dilemma | |
| " nguy | to be in danger | | |
| " nhục | childbirth | | |
| " nợ | to get into debts | | |
| " sàng | (studies or practice) clinical | | |
| " sàng học | clinical (medicine) | | |
| " sự | when the need arises | | |
| " thời | to be provisional | | |
| " trận | to engage in battle | | |
| " triều | to begin royal audience | | |

1 to set up, establish, found, form.   2 to stand.

| | | |
|---|---|---|
| lập chỉ | to forge an ideal for oneself | |
| " cồng | to do some meritorious work | |
| " danh | to attain fame | |
| " dị | to be eccentric | |
| " đồng | beginning of winter | |
| " hạ | beginning of summer | |
| " hiến | (of monarchy) constitutional | |
| " hội | to form a society | |
| " kế | to draw up a scheme, plan | |
| " khắc | immediately | |
| " khế | to establish a contract | |
| " lại | to reestablish | |
| " luận | to argue/argument | |
| " mưu | to think up a ruse | |
| " nghiêm | to assume serious air | |
| " nghiệp | to start a career, build up a career | |
| " ngồn | to write books (for posterity) | |
| " pháp | (of power) legislative | |
| " phương | cube; cubic | |
| " qui | regulate | |
| " quốc | to found a nation | |
| " tâm | to predict, have (a scheme) in mind | |
| " thành | to set up, found | |
| " thân | to establish oneself in life | |
| " thể | solid (geometry) | |
| " thu | beginning of autumn | |
| " trận | to deploy troops for a battle | |
| " trường | position, viewpoint, standpoint, stand | |
| " tự | to institute one's heir | |
| " tức | right away, at once, instantly, immediately | |

| | | |
|---|---|---|
| lập ước | | to write up a contract |
| " xuân | | beginning of spring |
| biệt | lập | to stand by itself |
| cô | " | to be isolated |
| cồng | " | (institution) public |
| độc | " | to be independent / independence |
| đối | " | to oppose / opposition |
| quốc | " | (institution) national |
| sáng | " | to found |
| tạo | " | to create, establish |
| thành | " | to set up, establish, form |
| thiết | " | to set up, establish |
| trung | " | to be neutral / neutrality |

1 to take. 2 to receive, collect (profit, tax, ...). 3 to seize (enemy position), occupy, appropriate. 4 to use (as tool, excuse), invoke. 5 to buy, purchase. 6 to draw (example). 7 to admit, recruit, take. 8 to marry, wed.

| lấy chồng | (of woman) to get married |
| " cớ | to use as an excuse or pretext |
| " cung | to examine, interrogate |
| " danh | to act in order to get fame |
| " được | at all costs |
| " giọng | to get ready to sing |
| " giống | to breed |
| " kế | to marry a widower |
| " lại | to recuperate, recover |
| " làm | to feel |
| " lẽ | to marry (a married man), marry the husband of |
| " lệ | for the sake of formality |
| " lòng | to try to please (somebody) |
| " nê | to use as pretext |
| " nhau | (of a couple) to be married |
| " thảo | so as to show one's generosity |
| " tiếng | just for the sake of prestige |
| " vợ | (of man) to get married |
| " " lẽ | to take a second wife |

| cầm lấy | to take hold of |
| chiếm " | to seize, appropriate |
| cướp " | to grab, take away |
| giành " | to pull away, seize, wrest |
| giật " | to snatch, grab |
| giữ " | to keep, hold on to |
| nắm " | to hold firmly, grasp, clutch |
| nhặt " | to pick up |
| ôm " | to embrace, hug |

| tranh lấy | to dispute, strive to win, contest for (prize, title) |
| túm " | to grab (by the collar) |
| vồ " | to fall upon, grab, catch |

| cạo mặt lấy | to shave oneself |
| gội đầu " | to shampoo one's own hair |
| học " | to study by oneself |
| lái " | to be one's own driver |
| làm " | to do it oneself |
| sơn nhà " | to paint one's own house |
| rửa ảnh " | to develop one's own pictures |
| tiêm " | to give oneself injections |

Có ai lấy mất xe đạp của tôi rồi. Somebody stole my bicycle.

Bà lấy tôi bao nhiêu một thước vải này? How much do you charge me for a meter of this fabric?

Ngân-hàng lấy lãi mấy phần? What percentage does the bank charge for interest?

X. lấy sách ra đọc. X. took out his/her book and started reading.

X. lấy cặp sách làm gối. X. used the briefcase as a pillow.

X. lấy mùi-soa lau xe đạp. X. used a handkerchief to clean his/her bicycle.

1 to ascend, go up.  2 to mount (horse), get on (vehicle).  3 to go up (to higher altitude).  4 to go up (to higher office in hierarchy).  5 to go north.  6 to go up in the air.  7 (temperature, water, tide, price) to rise.  8 to be raised.  9 to be (...years old).  10 up, upward.

| lên | án | to denounce, accuse | cất | lên | to raise |
|---|---|---|---|---|---|
| " | cân | to gain weight | chất | " | to pile up |
| " | cơn | to have a fit | dâng | " | to offer to |
| " | dây | to wind; to tune | dứng | " | to stand up |
| " | dạn | to cock (firearm) | nâng | " | to raise |
| " | đèn | to be lighted | ngẩng | " | to look up |
| " | đinh | to have a swollen finger | ngồi | " | to sit up |
| " | đồng | to go into a trance | phồng | " | to bulge, swell up |
| " | dường | to start a trip | vớt | " | to fish out |
| " | giọng | to raise one's voice | vùng | " | to stand up |
| " | hơi | to evaporate | | | |
| " | khuôn | (of printing page) to be ready to run; to be all dressed up | bốc | lên | (of fire) to flare up; (of steam) to rise |
| " | lão | to become a village elder | chấm | " | to light |
| " | lớp | to teach; to go to class | hâm | " | to warm up |
| " | mặt | to be haughty | nấu | " | to cook |
| " | mâm | to appear in public | nướng | " | to roast |
| " | mây | to enjoy flattery | cười | " | to smile, laugh |
| " | men | to ferment | hát | " | to sing |
| " | ngôi | to ascend the throne | hét | " | to holler |
| " | nước | to shine, be glossy; to become arrogant | kêu | " | to cry out |
| | | | la | " | to shout |
| " | râu | to be proud | | | |
| " | tiếng | to raise one's voice | nhảy | lên bàn | to jump up the table |
| | | | nhảy | lên bờ | to jump ashore |
| bay | lên | to fly up | ném | lên trên | to throw upward |
| bò | " | to crawl up | | | |
| bơi | " | to swim up | | | |
| bước | " | to step up | | | |
| chạy | " | to run up | | | |

1 to join, associate, unite, ally.  2  to be continuous.

| | | | |
|---|---|---|---|
| Liên Á | Pan Asian | liên miên | to be continuous, unbroken |
| " Âu | Pan European | " minh | to unite/alliance |
| liên bang | union, federation/federal | Liên Mỹ | Pan American |
| " bộ | interministerial, inter-departmental | " Phi | Pan African |
| | | liên phòng | mutual defense |
| " can | to be related, involved, implicated | " quan | interrelationship, inter-connection, to be connected |
| " cầu khuẩn | streptococcus | " quân | allied troops;  interservice |
| " chi | interchapter | " quốc | confederation |
| " chi hồ điệp | continuously | " sở | interservice |
| " cú | literary genre in which each person contributes a line | " thanh | machine gun |
| | | " thôn | intercommune |
| " danh | slate, ticket | " thục | inter-collegiate |
| " đoàn | league, federation | " thuộc | to be interdependent |
| " đội | regiment | " tịch | joint, in joint session |
| " đới | to be jointly responsible | " tiếp | to be continuous/continuously |
| " gia | group of 5 households (in street block) | " tỉnh | interprovincial;  long-distance |
| " hành tinh | inter-planetary | " tôn | interfaith |
| " hệ | to be related, interested/relationship | " tục | to be continuous, continuing |
| | | " từ | conjunction |
| " hiệp | to unite/union, coalition | " tưởng | to remember by association |
| " hiệu | intercollegiate | " vận | interstate, international (transportation) |
| " hoàn | to link | | |
| " hồi | to be continuous | " viện | interparliamentary;  inter-university |
| " hợp | (of points, lines, curves, etc. in math) to be conjugate;  joint | " xã | intervillage |
| Liên hợp quốc | United Nations | | |
| liên kết | to associate, align | | |
| " kích | successive attacks | | |
| " khu | interzone | | |
| " lạc | to have contact, liaison | | |
| " lục địa | inter-continental | | |
| " lụy | to be involved, implicated | | |

# LIỆU

1 to think about, reflect on, weigh in one's mind, guess, suppose. 2 to foresee (liệu trước). 3 to cure, treat.

| | | | | |
|---|---|---|---|---|
| liệu bài | to foresee and prepare a course of action | ẩm liệu | | drinks, beverages |
| liệu bề | to foresee | chất " | | material(s) |
| " cách | to look for a method/way | công " | | building materials |
| " chừng | to estimate | dược " | | pharmaceutical products |
| " dưỡng viện | sanatorium | định " | | to decide |
| " hồn | Watch out! Be careful! (threat) | lo " | | to make arrangements, take care |
| " lời | to choose one's words | nguyên " | | raw materials |
| " lý | to arrange, plan, foresee, pre-pare | nhiên " | | fuel |
| | | phì " | | fertilizer |
| " pháp | therapy | số " | | figures, statistics |
| " sức | to consider one's ability/strength | sử " | | historical materials |
| " thân | to watch out for oneself | tài " | | research materials |
| " thế | to foresee and prepare | thi " | | material for poetry |
| | | tiên " | | to foresee |
| | | trị " | | therapy |
| | | trù " | | to plan |
| | | tư " | | research materials |
| | | văn " | | literary materials |
| | | vật " | | construction materials |

1 to worry, feel uneasy, be troubled. 2 to worry about, be concerned about. 3 to take care of, attend to, look after. 4 to try to obtain (position, results).

| | | |
|---|---|---|
| lo | âu | to be worried |
| " | buồn | to be worried and sad |
| " | lắng | to be worried |
| " | liệu | to make arrangements; to take care of |
| " | lót | to try to bribe |
| " | luật sư | to seek a lawyer |
| " | lường | see lo liệu |
| " | ngại | to worry, be concerned |
| " | ngay ngáy | to worry unceasingly |
| " | nghĩ | to worry and think |
| " | phiền | see lo buồn |
| " | phồng lo loan | to worry excessively |
| " | quanh | to worry all the time |
| " | sốt vó | to worry |
| " | sợ | to be worried and afraid |
| " | thầy kiện | to seek a lawyer |
| " | tính | to worry, figure out |
| " | toan | to worry |
| " | trời đổ | to be a worrywart |
| " | xa | to be far-sighted |

| | | |
|---|---|---|
| âu | lo | to worry |
| chăm | " | to look after |

Anh đừng có lo chuyện ấy. Để tôi lo cho. Don't worry about that. I'll take care of it for you.

Ông ấy lo cho tiền đồ Tổ quốc. He worries about the future of the Fatherland.

Ốm thế mà chẳng lo thầy lo thuốc gì cả! He's that sick, yet he doesn't try to see a doctor or take some medicine!

1 to raise bedlam, create disorder. 2 trouble, turmoil, warfare.

| loạn | dâm | incest | | bị loạn tiêu hoá | to have disordered digestion |
|------|------|--------|--|------|------|
| " | đa | free-for-all | | Làm gì mà loạn lên thế? | What's this bedlam |
| " | đảng | gang of rebels | | | about? |
| " | lạc | trouble, warfare | | | |
| " | luân | incest | | chạy loạn | to be a war refugee |
| " | ly | war and separation | | dẹp " | to quell a rebellion |
| " | ngôn | crazy talk | | nổi " | to rise, rebel |
| " | óc | to be deranged, insane | | gây " | to incite a rebellion |
| " | quân | rebel troops | | làm " | to rise, rebel; to raise bedlam |
| " | sát | to massacre | | | |
| " | sắc | to be color-blind | | biến " | revolt, rebellion |
| " | tặc | rebel | | dâm " | incest |
| " | thần | rebel, insurgent | | hỗn " | chaos, disorder |
| " | thị | astigmatism | | khởi " | to rise, rebel |
| " | thuyết | heresy | | phiến " | rebellion, rebel |
| " | trí | to be crazy, insane | | trị " | to quell/put down a rebellion / |
| " | xạ | to shoot indiscriminately/ | | | peace(time) and war(time) |
| | | disorder, chaos | | | |
| " | xị | to be pell-mell, helter-skelter | | | |

to discuss; to deduct.

| | | | | | |
|---|---|---|---|---|---|
| luận án | dissertation, thesis | | bàn | " | to discuss |
| " | bàn | to discuss | bất | " | regardless, no matter |
| " | biện | to argue | biện | " | to debate, argue |
| " | chiến | to argue; polemic | bình | " | to comment |
| " | chứng | argumentation | chính | " | political opinion; correct |
| " | công | to discuss the merits | | | opinion |
| " | cứ | argument | công | " | public opinion |
| " | cương | political thesis | dư | " | public opinion |
| " | đàm | to discuss | đàm | " | to discuss |
| " | đàn | tribune, forum | lý | " | to argue, reason / theory |
| " | đề | subject, topic | tham | " | paper, communication |
| " | điểm | argument, point | thảo | " | to discuss |
| " | điệu | argument, line | tranh | " | to debate |
| " | định | to deliberate | võ | " | regardless, no matter |
| " | đoán | to discuss and judge | xã | " | editorial |
| " | giả | discussant | | | |
| " | giải | to comment and explain | | | |
| " | lý | to consider reasons | | | |
| " | " học | logic | | | |
| " | nghị | to discuss and judge | | | |
| " | nghĩa | to interpret meaning | | | |
| Luận ngữ | the Analects | | | | |
| luận thuyết | theory, doctrine | | | | |
| " | tội | to deliberate (about guilt) | | | |
| " | trình | memoir | | | |
| " | văn | essay, dissertation | | | |

l  to estimate (ước lượng).   2  to measure, gauge, assess, appreciate, consider / quantity (số lượng),
content (dung lượng);   tolerance, forgiveness.

| | | | | | | |
|---|---|---|---|---|---|---|
| lượng | cả | tolerance, generosity | | số | lượng | quantity |
| " | chừng | to estimate, reckon | | thương | " | to negotiate |
| " | dư | redundancy | | trọng | " | weight |
| " | đạc | to measure | | tửu | " | drinking capacity |
| " | định | to estimate, figure out | | ước | " | to estimate |
| " | giác | trigonometry | | vô | " | to be immeasurable, boundless, |
| " | khí biểu | hydrometer | | | | infinite |
| " | phần | quantum | | | | |
| " | sức | to survey one's own capabilities | | | | |
| " | thứ | to forgive | | | | |
| " | tích | quantitative analysis | | | | |
| " | tình | to view of the situation (and be forgiving) | | | | |
| " | trên | generosity of a superior | | | | |
| " | tử | quantum | | | | |
| " | vũ biểu | rain gauge, pluviometer | | | | |
| " | xét | to examine, take into consideration | | | | |

Tôi lượng sức mình thấy làm không nổi.    I find
myself incapable of doing that.

| | | |
|---|---|---|
| chất | lượng | quality |
| chước | " | to weigh |
| dung | " | capacity, content |
| đại | " | to be generous, noble and forgiving |
| độ | " | forgiveness |
| đương | " | correspondent |
| khối | " | mass |
| lực | " | forces |
| lưu | " | volume, flow (of river) |
| phẩm | " | quality and quantity |
| rộng | " | See đại lượng |
| sản | " | yield, volume of production |

1 to hold back, keep.  2 to retain, stay, stop.

| | | |
|---|---|---|
| lưu ban | (of student) to repeat a grade | |
| " biệt | to leave a souvenir | |
| " bút | inscription upon parting | |
| " cầm | to detain | |
| " cấp | See lưu ban | |
| " chiếu | to register (publication) | |
| " cư | to stay, reside | |
| " cữu | to collect old stuff/papers | |
| " danh | to leave a good reputation | |
| " dụng | to keep (official of retirement age) | |
| " độc | to retain harmful effect | |
| " hạ | to leave to one's offspring | |
| " hậu | to leave to posterity | |
| " học | to study abroad | |
| " học sinh | overseas student | |
| " khách | to retain a guest | |
| " khoản | retainer fee | |
| " ký | to deposit | |
| " liên | to be inseparable | |
| " luyến | to be attached to, fond of | |
| " ly | parting, separation | |
| " ngụ | to reside | |
| " nhiệm | to retain at office | |
| " niệm | to leave as souvenir | |
| " phòng | to be confined to one's room | |
| " phương | to leave a good reputation | |
| " tàng | to store away | |
| " tâm | to pay attention | |
| " tệ | bad effects | |
| " trại | to be confined on barrack | |
| " trí | to retain, keep, detain | |
| " trú | to reside, stay, live;  to board | |

| | |
|---|---|
| lưu truyền | to transmit to later generations |
| " trữ | to store, keep (document) |
| " ý | to pay attention;  to call (someone's) attention |
| bản lưu | file copy |
| lưu lại vài ngày | to stay a few (more) days |
| tình khứ lưu | feelings at parting time |

1 to flow / current, flow;  social class.  2 to deport, banish.

| | | |
|---|---|---|
| lưu ba | waves | |
| " bố | to proclaim, broadcast | |
| " bối | (social) peer, equal | |
| " chất | liquid, fluid | |
| " chuyển | to circulate (document) | |
| " dân | vagrant;  nomad | |
| " diễn | (of troupe) to be itinerant | |
| " dung | migrant worker | |
| " đày | to deport, exile, banish | |
| " đạn | stray bullet | |
| " đãng | to wander;  to stray | |
| " đồ | exile, deportation | |
| " độ | traffic density | |
| " đồn | to assign to a remote post | |
| " động | to be moving/roving/mobile | |
| " hành | (of currency) to circulate | |
| " hoạt | See lưu loát | |
| " huyết | to shed blood / bloodshed | |
| " khấu | highwayman, bandit | |
| " lạc | to be a vagrant, wander abroad | |
| " lãng | to drift, float about | |
| " liên | to give oneself up to pleasure | |
| " linh | to live a dissolute life | |
| " loát | to be fluent | |
| " lượng | volume, flow;  traffic volume | |
| " ly | to be away from home | |
| " manh | vagrant, adventurer;  hoodlum | |
| " niên | past years and months | |
| " ngôn | rumor, hearsay | |
| " phong | ancient customs | |
| " sa | shifting sands | |
| " sản | miscarriage | |
| " tán | to flow away, melt away | |

| | |
|---|---|
| lưu thể | fluidity;  fluid |
| " thông | to communicate, circulate |
| " thuỷ | running waters |
| " tinh | shooting star, meteor |
| " truyền | to hand down |
| " vong | to be in exile |
| " vực | (river) basin |
| " xứ | deportation, banishment |

| | | |
|---|---|---|
| chi | lưu | tributary |
| chu | " | to circulate |
| hạ | " | lower classes |
| hợp | " | confluence |
| nữ | " | womankind, womenfolk |
| phong | " | to be cultured, be sophisticated; be well off |
| phụ | " | tributary |
| thượng | " | upper classes |
| trung | " | middle classes |

| | |
|---|---|
| chính phủ lưu vong | government in exile |
| đại sứ lưu động | roving ambassador |
| thư viện lưu động | bookmobile |

1 to lose (money, object, relative).  2 to die.  3 to cost, take.

| | | | | | |
|---|---|---|---|---|---|
| mất cắp | to be robbed, lose | | bắt mất | to capture, seize |
| " cồng | to labor in vain | | chết " | to lose (cattle, chicken, etc.) |
| " cướp | to be burglarized | | | through disease / (of ailing |
| " dạy | to be ill-bred | | | person) going to die |
| " giá | to depreciate | | đánh " | to lose through negligence |
| " giống | to have no heir | | giết " | to kill |
| " gốc | to lose one's nationality | | hết " | to use up, exhaust |
| " hồn | to be scared out of one's wits | | lấy " | to take away, steal |
| " hút | to disappear without leaving any | | mua " | to spend (so much) in purchase |
| | trace;  to vanish | | quên " | to forget(to include) |
| " lòng | to hurt;  to be hurt;  be offended | | tiêu " | to spend |
| " mạng | to lose one's life, die | | tốn " | to cost (so much) |
| " mát | to lose | | vỡ/bể " | to be broken |
| " máu | to be anemic | | | |
| " mặt | to lose face | | | |
| " mùa | there is a bad harvest | | | |
| " nết | to be spoiled | | | |
| " ngủ | to have insomnia | | | |
| " rễ | to be uprooted | | | |
| " tăm | see mất tích | | | |
| " tích | to vanish | | | |
| " tiếng | to lose one's reputation | | | |
| " trinh | to be deflowered | | | |
| " trộm | to be robbed, be burglarized | | | |
| " vía | to be scared out of one's wits | | | |

1 to exempt. 2 to forgive, excuse.

| | | |
|---|---|---|
| miễn chấp | to forgive | |
| " chức | to be dismissed from office | |
| " cưỡng | to be unwilling, reluctant | |
| " dịch | to immunize/immunity | |
| " dịch | to exempt from military service | |
| " là | provided that | |
| " nghị | to absolve, acquit | |
| " sai | to exempt from corvées | |
| " sao | provided that | |
| " thứ | to forgive | |
| " tố | to absolve, acquit | |
| " trách | to forgive | |
| " trừ | to exempt | |
| | | |
| bãi miễn | to dismiss, fire, relieve | |
| xá " | to forgive, pardon | |

giáo dục miễn phí    free education

Đây là quà biếu thì miễn đánh thuế.    Since this
is a gift we will not make you pay any duties.

Cửa hàng miễn thuế ở đâu?    Where is the duty-
free shop?

Chàng ngư phủ được nhà vua miễn tội.    The young
fisherman was pardoned by the king.

Nó miễn cưỡng lắm mới phải bỏ nhà ra đi.    He
left home only very reluctantly.

Màu gì cũng được, miễn là/sao con phải sơn kỹ.
Sonny, any color will be all right provided
that you do a thorough paint job.

Con các ông tướng đều được miễn lính.    Sons of
generals were all exempted from military
service.

1 to expect, hope, await; to crave, long for, wish for. 2 to wish that...

| | | |
|---|---|---|
| mong chờ | to wait for | |
| " đợi | to expect, await | |
| " lòng | to plot, plan | |
| " mỏi | to desire impatiently, long for | |
| " muốn | to desire | |
| " ngóng | to wait for | |
| " nhớ | to miss, think of | |
| " ước | to wish, hope | |

| | | |
|---|---|---|
| chờ mong | to await | |
| đợi " | to await | |
| nhớ " | to miss | |
| trông " | to expect | |
| ước " | to wish | |

rày mong mai chờ    to wait all the time for

mong như hạn mong mưa    to wait impatiently (as for the rain to fall in drought time)

mong như mong mẹ về chợ    to wait impatiently (as for one's mother to return from the market)

Bố mẹ mong cho con thành công.    (to son/daughter) Dad and Mom wish you success.

Chúng tôi mong là/rằng...    We hope that...

thoả lòng mong ước    to have one's desire/hope fulfilled

134

1 to open. 2 to open up. 3 to start (school), hold (examination, contest), turn on (light, water, gas). 4 to give, throw (party). 5 to untie, unlock.

| | | | |
|---|---|---|---|
| mở ban | to give a dance party | mở trói | to untie (a person) |
| " banh | to open wide | " tung | See mở toang |
| " bay | to go full speed | | |
| " bum | to give a dance party | mở ra | to open (French window) |
| " cờ | to be happy, be very satisfied, feel elated | " lên | to open (sash window) |
| | | " xuống | to roll down (car window) |
| " đầu | to open, begin | | |
| " đường | to open the way | cởi mở | to be open, candid, free of prejudice |
| " hàng | to start a sale; to be the first customer in a store; to give a New Year cash gift (in a red package) | hé " | (of door) left ajar |
| | | úp " | to be secretive, ambiguous |
| " hé | to leave (door) ajar | | |
| " hội | to hold a festival | | |
| " khoá | to unlock | | |
| " lòng | to open one's heart | | |
| " màn | to start a play / curtain | | |
| " mang | to develop, expand; to extend | | |
| " mào | to start | | |
| " máy | to start the engine; to start talking | | |
| " mày mở mặt | See mở mặt | | |
| " mắt | to open one's eyes, wake up; to wake up and see the truth | | |
| " mặt | to be honored, succeed; to get a break | | |
| " miệng | to open one's mouth | | |
| " mồm | See mở miệng | | |
| " phanh | to open wide | | |
| " tiệc | to give a (dinner) party | | |
| " toang | to open wide, throw open | | |

I  to lie (down).  2  to sleep.

| | | |
|---|---|---|
| nằm bẹp | | to be bed-ridden |
| " | bếp | to lie in, be in childbirth |
| " | chèo queo | to sprawl |
| " | chồng gọng | to lie on one's knees |
| " | chỗ | see nằm bẹp |
| " | co | to lie curled up |
| " | dài | to lie (idle) |
| " | giơ bốn vó | to lie on one's back (after falling) |
| " | ì | to stay put |
| " | khàn | to idle away one's time |
| " | khèo | to lie idle |
| " | khểnh | to lie serenely in bed |
| " | khoèo | see nằm dài |
| " | không | to be unmarried |
| " | lì | to lie with obstinacy;  to lie there without stirring |
| " | lửa | to be in childbirth |
| " | mèo | to be bed-ridden |
| " | mê | to have a dream |
| " | móc | see nằm khàn |
| " | mộng | see nằm mê |
| " | mơ | see nằm mê |
| " | ngang | to lie on water |
| " | nghiêng | to lie on the side |
| " | ngủ | to sleep |
| " | ngửa | to lie on one's back |
| " | nơi | to be in childbirth |
| " | queo | see nằm dài |
| " | quèo | see nằm dài |
| " | sấp | to lie on the stomach |
| " | sóng sượt | to be lying |
| " | úp thìa | to lie on the side next to one another |

| | | |
|---|---|---|
| nằm vạ | | to lie down to demand compensation, stage a lie-down strike |
| " " | nằm vật | to lie down anywhere |
| " | xuống | to die, pass away |

Cậu ấy, tôi thuộc nằm lòng.     I know that saying by heart.

X. phải nằm nhà thương hai tuần.     X. had to spend two weeks in the hospital.

X. là cán-bộ nằm vùng.     X. was an undercover cadre.

gối đất nằm sương or ăn gió nằm sương
     to sleep in the open air, exposed to the elements

nằm gai nếm mật     to sleep on a bed of thorns and to taste gall bladder daily -- to be reminded of revenge

1 to listen. 2 to hear. 3 to obey. 4 to listen to, heed. 5 to see, follow up.

| | | | |
|---|---|---|---|
| nghe chừng | it seems that ... | | Hôm nay anh nghe thấy trong mình thế nào? |
| " dầu | it seems that ... | | How do you feel today? |
| " đồn | to hear people say, hear a rumor | | Chúng tôi nghe tiếng ông từ lâu. We have heard about you for a long time. |
| " được | to be audible; to be reasonable | | |
| " hơi | to hear vaguely | | Nhớ mua xăng nghe! Remember to buy some gas, |
| " lỏm | to overhear | | (hear me?) |
| " lời | to obey | | |
| " mang máng | to hear vaguely | | Tôi nghe tiếng Anh như vịt nghe sấm. English |
| " ngóng | to be on the lookout for (news) | | sounds like Greek to me. |
| " như | it seems that ... | | |
| " nói | to hear people say | | |
| " phong thanh | to hear vaguely | | |
| " ra | to understand | | |
| " sách | to listen to a scholar's comments on classics | | |
| " tăm | see nghe hơi | | |
| " trộm | to eavesdrop | | |

nghe không rõ     cannot hear clearly

nghe không thấy     cannot hear (although trying)

nghe không ra     cannot understand

không nghe rõ     did not hear clearly

không nghe thấy     did not hear

không nghe ra     did not understand (what was being said)

dễ     nghe     pleasing, reasonable, acceptable

khó     "     hard to swallow

lắng     "     to listen carefully

trộm     "     to have overheard

1 to suspect. 2 to be doubtful.

| | | | | | |
|---|---|---|---|---|---|
| nghi | án | doubtful case (in court) | đa | nghi | suspicious, distrustful |
| " | binh | phantom troops, lure, trap | hiềm | " | to doubt |
| " | diểm | doubtful point | hoài | " | to doubt, be skeptical |
| " | đoan | doubt | hồ | " | to have doubts |
| " | hoặc | to be suspicious, doubtful | khả | " | suspicious, fishy |
| " | ky | to be distrustful | tình | " | to suspect |
| " | ngại | to worry | bán tín bán | " | not to know whether to |
| " | ngờ | to suspect, doubt, be uncertain; | | | believe or not |
| | | doubtful | | | |
| " | vấn | question (mark); interrogative | | | |
| | | form | | | |

dằm nghi    to become suspicious
sinh "      to become suspicious

Tôi nghi là/rằng ....    I suspect that ....,

My suspicion is that ....

1 to discuss, deliberate.  2 deputy, representative (nghị sĩ, nghị viên)

| | | | | | |
|---|---|---|---|---|---|
| nghị án | | to deliberate, discuss a verdict | đề nghị | | to suggest |
| " | đề | topic of discussion | hội " | | conference |
| " | định | order, decree, decision | kháng " | | to protest |
| " | định thư | protocol (document) | kiến " | | petition |
| " | gật | yes-man deputy | quyết " | | to resolve / resolution |
| " | hoà | to hold peace talks | thương " | | to negotiate |
| " | hội | legislature, assembly | | | |
| " | luận | to discuss, deliberate | | | |
| " | quyết | resolution | | | |
| " | sĩ | senator, representative, congress-man, deputy, M.P. | | | |
| " | sự | to discuss | | | |
| " | tịch | seat in congress/assembly | | | |
| " | trình | agenda | | | |
| " | trường | parliament, congress | | | |
| " | trưởng | president of an assembly, house speaker | | | |
| " | viên | congressman, assemblyman, deputy, M.P. | | | |
| " | viện | parliament, house | | | |

1 to sit, be seated. 2 to stay long at one place.

ngồi bệt — to sit on the floor

" chéo khoeo — to sit cross-legged

" chồm hỗm — see ngồi xổm

" dậy — to sit up

" dưng — to sit idle

" đồng — to go into a trance

" ì — to sit tight

" không — to sit doing nothing

" lê — to hang around

" lì — to sit stubbornly

" phệt — see ngồi bệt

" rồi — to stay idle

" thừ — to sit with a careworn, haggard look

" tù — to stay in prison

" vắt chân chữ ngũ — see ngồi chéo khoeo

" xếp (chân) bằng tròn — to sit in yoga fashion

" xổm — to squat, sit on one's heels

ngồi xuống — to sit down

" lên — to sit up (from lying position)

X. ngồi nhà cả tháng nay. X. has been sitting (idle) at home for a whole month.

X. ngồi huyện Gia-Khánh ba năm. X. served as District Governor of Gia-Khanh for three years.

Sáng nào X. cũng ngồi thiền. Every morning X. has a Zen meditation session.

đứng ngồi không yên — to be restless/nervous

ăn không ngồi rồi — to have an idle life

ngồi lê đôi mách — to be a gossipmonger

to speak/speech, word, expression, language.

| | | | | | | |
|---|---|---|---|---|---|---|
| ngôn | điệu | prosody | | cách ngôn | | saying, maxim |
| " | hành | speech and behavior | | châm | " | adage |
| " | luận | speech | | đa | " | talkative |
| " | ngữ | language | | đại | " | boasting |
| " | ngữ học | linguistics | | ngụ | " | fable |
| " | từ | language | | phương | " | dialect;  proverb |
| | | | | thông | " | interpreter |
| công dung ngôn hạnh | | industry, appearance, | | tuyên | " | declaration, manifesto |
| | speech, behavior (the four attributes of | | | văn | " | (Chinese) literary style |
| | an ideal woman) | | | | | |

ngôn quá kỳ thực    to tell tall tales

danh chính ngôn thuận    names and titles have
    to be correct for a dialogue to be pleasant

to sleep.

| | | | | |
|---|---|---|---|---|
| ngủ đỗ | to stay overnight | buồn ngủ | | to be sleepy |
| " gà (ngủ vịt) | to catnap | đi " | | to go to bed |
| " gật | to doze off, fall asleep | ngài " | | to be still sleepy |
| " khì | to sleep soundly | tỉnh " | | to be a light sleeper |
| " kỹ | to sleep soundly | ru " | | to lull to sleep |
| " lang | not to sleep at home | | | |
| " li bì | to sleep soundly, sleep like a dog | áo " | | pajamas, robe |
| " mê | to sleep like a log; to have a | bệnh " | | sleeping sickness |
| | dream | buồng " | | bedroom |
| " nghê | to sleep (in general) | giấc " | | sleep, nap, slumber |
| " ngon | to sleep well | phòng " | | bedroom |
| " nhè | to cry and be cranky upon waking up | thuốc " | | sleeping pill |
| " say | to sleep soundly | | | |
| " thiếp | to sleep soundly | | | |
| " trọ | to stay overnight, spend the | | | |
| | night at an inn | | | |
| " trưa | to take a siesta | | | |

Ngủ chưa dậy?  Are you asleep yet?  Are you still awake?

Ngủ đi!  Go to sleep!

| | |
|---|---|
| ngủ dậy | to wake up |
| " muộn | to go to bed late; to get up late |
| " ngồi | to sleep in one's chair |
| " quên | to oversleep |
| " sớm | to go to bed early |
| " trễ | See ngủ muộn |
| " trưa | to get up late |

NHẢY

1 to jump.  2 to jump up.  3 to dance.  4 (animal) to copulate.

| | | | | | |
|---|---|---|---|---|---|
| nhảy bổ | to jump on | | bay nhảy | to be free |
| " cà tưng | to jump with joy | | học " | to skip (a grade) |
| " cao | to do high jump | | gái " | taxi-girl |
| " căng | to jump up and down | | tiệm " | dancing hall |
| " còn | to rut | | | |
| " dài | see nhảy xa | | | |
| " dây | to skip rope | | | |
| " dù | to parachute | | | |
| " đầm | to dance | | | |
| " muá | to dance around | | | |
| " mũi | to sneeze | | | |
| " nhót | to hop, jump around; to dance | | | |
| " rào | to jump hurdles | | | |
| " sào | to do pole vault | | | |
| " tót | to jump all the way up | | | |
| " vọt | to leap forward | | | |
| " xa | broad jump | | | |
| " xả | to jump on | | | |

| | |
|---|---|
| nhảy lại | to jump back |
| " ra | to jump out |
| " vào | to jump in |
| " lên | to jump up |
| " xuống | to jump down |
| " qua | to jump across |
| " sang | to jump over |
| " qua nhảy lại | to jump back and forth |
| " tới nhảy lui | to jump back and forth |
| " về | to jump back to |
| " đến/tới | to jump toward, come jumping |

1 to receive, accept, get. 2 to acknowledge, recognize, confess, admit; to claim.

| | | | | |
|---|---|---|---|---|
| nhận biết | identification | biên nhận | | to acknowledge receipt |
| " chẳn | to realize, be aware | chứng " | | to certify |
| " diện | to identify, recognize | công " | | to recognize (status) |
| " định | to realize | đảm " | | to assume |
| " được | to receive | đoan " | | to assure |
| " họ | to claim blood relationship | đoán " | | to interpret, guess |
| " lãnh | to receive, accept | ký " | | to acknowledge responsibility for |
| " lời | to accept, agree | | | |
| " lỗi | to confess, admit (fault, guilt) | lãnh " | | to receive |
| " mặt | to recognize | mạo " | | to pose as, claim falsely |
| " ra | to realize; to recognize | ngộ " | | to err |
| " thấy | to note, observe, perceive | nhìn " | | to recognize, acknowledge |
| " thức | to realize, be aware | phủ " | | to deny |
| " thực | to certify, attest | thu " | | to collect |
| " tin | to receive the news | thú " | | to admit, confess |
| " tội | to plead guilty | tiếp " | | to receive, welcome |
| " việc | to start one's new job | xác " | | to confirm |
| " vơ | to lay a false claim to | | | |
| " xét | to observe, remark | | | |

Anh nhận được thư của cô ấy chưa?   Have you received her letter yet?

Anh phải nhận lấy trách nhiệm về việc ấy.   You must assume responsibility for that.

Tôi nhận thấy rằng...   I notice that...

nhận thức luận   cognitive theory, cognition

1 to enter. 2 to put together, join.

| nhập | bọn | to gang up | đột | nhập | | to break into, burst into |
|------|-----|-----------|------|------|------|-----------|
| " | cảng | to import | sáp | " | | to annex |
| " | cảnh | to enter (a country), immigrate | xâm | " | | to penetrate, infiltrate |
| " | cốt | (of bad habit) to penetrate deeply | xuất | " | | to go in and out |
| " | cuộc | to join in, enter the picture | xuất | " | cảng | import-export |
| " | diệu | to reach perfection | xuất | " | khẩu | import-export |
| " | đề | to begin to treat the topic | | | | |
| " | định | (Buddhism) to be meditating | | | | |
| " | học | to enter school | | | | |
| " | hội | to join an association | | | | |
| " | khẩu | to import | | | | |
| " | kho | to put in warehouse | | | | |
| " | lý | (of illness) to reach one's viscera | | | | |
| " | môn | introduction, primer | | | | |
| " | ngũ | to join the army, enlist | | | | |
| " | nội | to import, bring in | | | | |
| " | quan | to coffin (body) | | | | |
| " | siêu | to import too much, have an unfavorable balance of trade | | | | |
| " | tạm | to admit temporarily | | | | |
| " | tâm | to commit to memory, remember | | | | |
| " | thế | to enter life | | | | |
| " | tịch | to be naturalized | | | | |

1  to speak.  2  to say, tell.  3  to talk, converse.  4  to advise.  5  to promise.  6  to scold, blame, criticize.

| | | | |
|---|---|---|---|
| nói bậy | to talk nonsense; to use pro-fanity | nói liến | to speak unceasingly |
| " bóng | to hint, insinuate | " liều | to say rashly |
| " bông | to kid | " lóng | to use argot/jargon |
| " bỡn | to kid | " lót | to request aid/support |
| " càn | to talk nonsense | " lối | (of actor) to speak before breaking into a song |
| " cạnh | to insinuate | " lường | to be ambiguous |
| " chọc | to provoke, arouse (a person's anger) | " mát | to use sarcasm |
| | | " mép | to pay lip service |
| " chơi | to kid, speak in fun | " mê | to talk in one's sleep |
| " chuyện | to talk, converse; to speak, give a talk | " miệng | See nói mép |
| | | " năng | to speak, talk |
| " dóc | to tell tall tales | " nặng | to use tough language |
| " dối | to lie | " ngang | to disagree, utter an arrogant opinion |
| " đãi bôi | to pay lip service | | |
| " điêu | to lie, invent things | " ngọng | to mispronounce (l as n, for instance) |
| " đồng | to use innuendoes | | |
| " đùa | to kid, joke | " ngọt | to use sweet talk |
| " gạt | to dupe, deceive | " nhịu | to make a slip of the tongue |
| " gở | to talk about bad things | " nhỏ | to whisper |
| " kháy | to needle | " phách | to bluff, try to impress one's hearer |
| " khéo | to speak diplomatically | | |
| " khổ | to implore | " phét | to boast |
| " khoác | to brag, use empty boasting | " quanh | to beat around the bush |
| " không | to slander; to fabricate | " ra nói vào | to comment/complain |
| " lái | to use pig-Latin | " rào | to stop anticipated objection |
| " lảng | to evade the subject | " sõi | to speak well (a language), pronounce clearly |
| " láo | to tell lies | | |
| " lắp | to stutter | " suông | to speak but not to act |
| " lẫn | to be confused (in speech) | " thách | to ask for a high price |
| " leo | (of child) to interrupt adults | " thẳng | to speak openly |
| " lên | to speak up | " thầm | to whisper |
| " lếu nói láo | See nói láo | " thật | to tell the truth |

| | | | |
|---|---|---|---|
| nói toạc | to speak bluntly | ăn nói | to have a glib tongue; to speak |
| " toẹt | See nói toạc | hay " | to be talkative |
| " trạng | to brag | khéo " | to use diplomatic language |
| " trắng | See nói toạc | | |
| " trổng | to say vaguely without specific mention | dây nói | telephone |
| | | giọng " | (tone of) voice |
| " tục | to use obscene language | kèn " | phonograph |
| " tức | to arouse anger | lời " | words, speech |
| " vơ vào | to manipulate a conversation so as to serve one's own interests | máy " | phonograph |
| | | phim " | talkies |
| " vu | to slander | tiếng " | voice |
| " vu vơ | to speak vaguely | | |
| " vụng | to speak behind a person's back | nói bóng nói gió | to drop a hint, give an inkling of |
| " vuốt đuôi | to pretend to comfort | | |
| " xa | to drop a hint, intimate, insinuate | nói cạnh nói khoé | to insinuate, remark in passing |
| " xấu | to speak evil of | nói hươu nói vượn | to tell tall tales, tell cock-and-bull stories |
| " xỏ | to make fun of | nói thánh nói tướng | to swagger, vaunt, bluster |

1 to float.  2 to emerge, rise to the surface, surface.  3 to become (angry).  4 (of rash, pimples, eruption) to appear, erupt, break out.  5 (of crowd) to rise, rebel (nổi dậy).  6 to shine, stand out (nổi bật).  7 (carving) to be in high relief.

| | | | | |
|---|---|---|---|---|
| nổi bật | to set off, stand out | nổi tam bành | to be raving mad | |
| " bệnh | to become ill | " tiếng | to become famous | |
| " bọt | to bubble | " xung | to become very mad | |
| " cáu | to get angry | | | |
| " chìm | to bounce up and down | âm thanh nổi | stereo | |
| " cơ đồ | to succeed in business | bản đồ " | relief map | |
| " con | to get into a fit, develop spasm | cầu " | float bridge, pontoon | |
| " da gà | to have goose pimples/skin/flesh | chạm " | high relief carving | |
| " danh | to become famous, acquire fame | chìm " | to go up and down / the ups | |
| " dậy | to rise up / uprising | | and downs | |
| " doá | to become angry | chữ " | embossed letters | |
| " dông | (storm) to be brewing | của " | real estate | |
| " điên | to go crazy/berserk | hình " | relief picture | |
| " đình đám | to succeed, stand out;  to be the | trôi " | to float/drift along | |
| | life of the party | | | |
| " đơn | to develop a rash/hives | ba chìm bảy nổi | to have manu ups and downs | |
| " ghen | to become jealous | | | |
| " giận | to become angry | X. nổi cơn giận. | X. became furious. | |
| " hạch | to develop a swelling or ganglion | X. nổi cơn hen. | X. had an asthmatic wheezw | |
| " hiệu | to give the signal (with drum, gong) | (i.e. bronchospasm). | | |
| " hung | to become angry/furious | Trời nổi gió. | The weather (suddenly) became | |
| " khùng | See nổi điên | | windy/gusty. | |
| " loạn | to rise up, riot | Cái ca-vát đó làm anh ấy nổi hẳn lên. | That | |
| " lửa | to light up (homes, streets) | tie really brightens up his appearance. | | |
| " mụn | to have pimples or pustules | | | |
| " nhọt | to develop a boil/furuncle | | | |
| " nóng | to become angry | | | |
| " (da) ốc | to have goose pimples/skin/flesh | | | |
| " phình | to swell up | | | |
| " sóng | (sea, lake) to become wavy/rough; | | | |
| | to become dangerous | | | |

1 to live at/in, reside; to be located. Trước tôi ở Hà-nội. I used to live in Hanoi. Nhà dây thép ở đâu? Where is the post office? Nhà bưu điện ở góc đường. The post office is at the corner. 2 to stay. Kẻ ở người đi some stay, others leave,--parting scene. 3 to live in a certain manner. ở bẩn to live in unsanitary conditions. 4 to behave. ở bạc với cha mẹ to be ungrateful to one's parents. 5 to live as husband and wife. 6 to work as a live-in servant. 7 at, in. Tôi lớn lên ở Hà-nội. I grew up in Hanoi. mua sách ở Luân-đôn to buy books in London. 8 from. ở bể vào ngòi to move from the sea into the river,--to lose one's freedom. 9 from, because of. lỗi ở cô vợ it was his wife's fault.

| | | | |
|---|---|---|---|
| ở chung | to live together; to share a home | ở rốn | See ở nấn |
| " cữ | to gibe birth to a child | " tháng | to work as a servant by the month |
| " dưng | to be idle | " thuê | to work as a servant; to rent one's home |
| " đậu | to stay temporarily at someone else's house | " trần | to be half naked |
| " đợ | to work as a servant | " trọ | to board |
| " đời | to live in this life; to live until one's death / in this world | " truồng | to be naked |
| | | " tù | to stay in jail |
| " goá | to stay a widow | " vậy | to stay single; to stay a widow |
| " hang | to be a cave-dweller | " vú | to work as a wet nurse for some-one else's baby |
| " hầu | to live as a concubine | | |
| " khổng | to stay idle | ăn ở | to behave; to live / room and board |
| " lại | to stay behind, remain | | |
| " lì | to stay put, stay on | chỗ " | living quarters, domicile, address |
| " miết | to stay put | | |
| " mùa | to be a migrant worker by the season | đi " | to work as a live-in servant |
| " mượn | See ở đợ | khó " | to be indisposed, be under the weather |
| " nấn | to stay on a while longer | | |
| " năm | to work as a servant by the year | người " | servant, domestic help |
| " nhà | to stay (at) home | | |
| "-nhà | I/me | | |
| "-nhà-tôi | my wife; my husband | | |
| " rể | (of son-in-law) to live with the inlaws | | |
| " riêng | to get married (and settle outside one's parental home) | | |

1 to smash, destroy, demolish; to defeat (enemy army). 2 to disturb, bother. 3 to break (rule).

| phả ăn | to annul a verdict | phả tan | to annihilate, demolish, cut to |
|---|---|---|---|
| " bỉnh | to play a dirty trick, be a kill-joy | | pieces |
| " cách | to depart from, derogate | " tân | to deflower |
| " cỗ | to distribute Mid-autumn Festival goodies | " thai | to cause an abortion |
| " cua | to squander money | " thối | to be a killjoy |
| " dải | to take a prize away | " trinh | to deflower |
| " đám | to disturb, be a killjoy | " vỡ | to break up, smash |
| " đề | to begin (a poem) | | |
| " gia | to ruin one's family | công phả | to assault, attack (fort) |
| " giá | to devaluate, set a price war, dump | cướp " | to raid |
| " giới | (of monk) to violate religious commandments | đập " | to smash, break (things) |
| " hại | to harm, destroy | đốt " | to set fire to |
| " hoại | to destroy, sabotage | khai " | to open (land) |
| " hoang | to clear new land | khám " | to discover, unmask |
| " hoẵng | See phả bỉnh | quấy " | to disturb peace |
| " huỷ | to destroy, demilish, annihilate | tàn " | to destroy, ravage, devastate |
| " kỷ lục | to break a record | trái " | shell |
| " lệ | to break the rules | | |
| " ngang | to drop out of school to work | | |
| " ngu | to see the light, wake up | Thằng bé này phả quá. This boy is so bois- | |
| " nổ | to go off | terous. | |
| " nước | to have a rash (after moving to a new area) | | |
| " phách | to destroy, raid, plunder, lay waste | | |
| " quấy | to disturb the peace | | |
| " rối | to disturb | | |
| " rừng | to deforest | | |
| " sản | to go bankrupt or broke, fail | | |

I to suffer from, catch, contract (disease), sustain; to meet with, encounter, be affected by (something unpleasant, unfortunate). 2 to one's misfortune/chagrin.

| | | |
|---|---|---|
| phải bả | to be bewitched with a love philter | |
| " bùa mê | See phải bả | |
| " buổi | to encounter such and such a day | |
| " bước | to encounter such a situation | |
| " cái | (of male animal) to be exhausted because of sexual activity | |
| " cảm | to catch cold | |
| " chửi | to be cursed/abused verbally | |
| " cung | See phải tên | |
| " dấu | to be wounded | |
| " đạn | to be hit by a bullet | |
| " đền | to have to pay for damage | |
| " đòn | to get a spanking/beating | |
| " gái | to be crazy about a girlfriend | |
| " gió | to catch cold because of a draft / (you) cursed fellow | |
| " giờ | to be born or die at an inauspicious hour | |
| " khi | to run into a case of (being broke, bad luck,...) | |
| " lại | to have a relapse | |
| " lòng | to fall in love | |
| " lừa | to be deceived/duped/swindled | |
| " mắng | to be scolded | |
| " phạt | to be punished | |
| " tên | to be hit by an arrow | |
| " tội | to incur punishment/retribution | |
| " vạ | to incur punishment/fine | |

Nhà tôi phải cái tính hay nể bạn.  My husband has one weakness:  he wants to please his friends.

Ông ấy giỏi, nhưng phải cái hay say rượu.  He's competent, but has one drawback:  He's often drunk.

Phải một năm mất mùa...  Then came a year when the harvest failed...

X. ngồi phải cọc.  X. had the misfortune to sit on a fence stake.

X. mua phải gạo mốc.  X. bought (they sold him) moldy rice.

X. giẫm phải gai.  X. (accidentally) stepped on a thorn.

X. lấy phải anh chồng tay chơi.  X. married a playboy.  (Poor girl!)

X. ăn phải trứng ung.  X. ate (was served) a rotten egg.

X. uống phải thuốc tẩy quần áo.  X. accidentally swallowed some bleach.

Con hổ mắc phải bẫy của người đi săn.  The tiger got caught in the hunter's trap.

1 to betray. 2 to counter, oppose.

| | | |
|---|---|---|
| phản ánh | to reflect; to indicate, show; to relate | |
| " ảnh | see phản ánh | |
| " bội | to betray | |
| " cách-mạng | anti-revolutionary; counter-revolutionary | |
| " chiến | to be anti-war | |
| " chiếu | to reflect | |
| " chứng | counter-evidence | |
| " công | to counter-attack/counter-offensive | |
| " cộng | anti-communist | |
| " cung | (of criminal or suspect) to contradict oneself, to retract one's statement | |
| " dân | to betray the people | |
| " diện | inverse, negative | |
| " đế | to be anti-imperialist | |
| " đề | converse (of theorem), antithesis | |
| " đề nghị | counter-proposal | |
| " đối | to oppose, object, be opposed to, be against/opposition | |
| " động | to react/reaction; reactionary | |
| " gián | to sow division in enemy ranks | |
| " gián (điệp) | counter-espionage | |
| " hiến | to be anti-constitutional | |
| " hồi | to go back, return to | |
| " kháng | to protest (against)/protest | |
| " kích | to counterattack | |
| " lệnh | counter-order | |
| " loạn | rebellion, revolt | |
| " lực | reaction; jet | |
| " " cơ | jet plane | |
| " nghĩa | opposite meaning | |

| | | |
|---|---|---|
| phản nghịch | rebellion, revolt | |
| " phúc | to be treacherous | |
| " quang | reflected light | |
| " quốc | to betray one's nation | |
| " tặc | rebel | |
| " thân | (of pronoun) reflexive | |
| " thùng | to act to the contrary | |
| " thuyết | antithesis | |
| " tỉnh | introspection | |
| " trắc | to betray | |
| " ứng | to react | |
| " xã hội | to be antisocial | |
| " xạ | reflex | |
| làm phản | to betray | |
| mưu " | to plot a rebellion | |
| tạo " | to rebel | |
| tương " | to contradict/oppose each other | |

*152*

1 to distribute. 2 to emit, utter. 3 to start, break out. 4 to become, get (fat, angry).

| | | |
|---|---|---|
| phát âm | articulation, pronunciation | |
| " ban | to have a rash | |
| " bệnh | to become ill | |
| " biểu | to express, voice | |
| " canh | to let a tenant till one's land | |
| " cáu | to become angry | |
| " chán | to get bored | |
| " chẩn | to give alms | |
| " dục | to grow, develop | |
| " đạt | to prosper, thrive | |
| " điện | to generate electricity | |
| " đoan | to begin | |
| " động | to move, urge, push | |
| " giác | to uncover (plot, secret) | |
| " hãn | to be sudorific | |
| " hành | to publish, issue, distribute | |
| " hiện | to discover | |
| " hoả | to catch fire | |
| " hoàn | to reimburse | |
| " huy | to expand, develop, follow up, exploit, build on; to display, manifest | |
| " khiếp | to be terrified | |
| " kiến | to discover | |
| " lãnh | to catch cold | |
| " lưu | to deport, exile | |
| " mại | to put on sale | |
| " minh | to discover, invent | |
| " ngôn | to be the spokesman | |
| " nguyên | (of river) to rise | |
| " nguyện | to take a vow | |
| " phì | to become obese | |
| " quang | to be luminous | |
| " rẫy | to slash-and-burn | |

| | | |
|---|---|---|
| phát sinh | to be born | |
| " sốt | to become feverish; run a temperature | |
| " tài | to get rich, become wealthy, prosper | |
| " tang | to enter mourning | |
| " thanh | to broadcast | |
| " tích | to originate | |
| " tiết | to manifest itself | |
| " triển | to develop, expand, grow | |
| " vãng | see phát lưu | |
| " xạ | radiation | |
| " xuất | to originate | |
| lạm phát | inflation | |
| phân " | to distribute | |
| bạo " | to break out (violently) | |
| bộc " | to explode, break out | |
| cấp " | to distribute, allocate | |
| chẩn " | to distribute relief goods | |
| một phát súng | a gunshot | |
| 21 phát súng | a 21-gun salute | |
| một phát đạn | a shot, a bullet | |

1 to throw (javelin), launch (missile, rocket); to set free, release. 2 to speed up, speed away (on horseback/bicycle, in car). 3 to let go, let out. 4 to enlarge, blow up. 5 to fire, start. 6 to trace, copy.

| | | |
|---|---|---|
| phóng ảnh | to photocopy | |
| " cương | to loosen the reins | |
| " dật | to be liberal | |
| " dục | to give vent to one's passion | |
| " dương | to launch a boat | |
| " đại | to enlarge, blow up, magnify, exaggerate | |
| " đãng | to have loose morals, be dissolute | |
| " đạt | to be independent, be unrestrained | |
| " điện | to release electricity | |
| " đồ | drawing copied through transparent paper | |
| " đường | to trace a new road | |
| " giải | to release | |
| " hoả | to set fire | |
| " hoả tiễn | to launch missiles | |
| " hoạ | caricature | |
| " hồi | to set free, send back | |
| " khí | to relinquish, forsake | |
| " khoáng | to be liberal/easy | |
| " khúc | rhapsody | |
| " lãng | to be freedom-loving | |
| " lao | to throw the javelin | |
| " loạn | to be debauched | |
| " lưu | to proscribe, banish | |
| " lựu | grenade-launcher | |
| " nhiệm | laissez-faire | |
| " nhiệt | to radiate heat | |
| " nô | to free the slaves | |
| " pháo | to drop or release bombs / bomber | |
| " sinh | to set (animal, bird) free; to forsake | |

| | | |
|---|---|---|
| phóng tác | to adapt (literary work) into a play/scenario | |
| " tay | boldly and generously | |
| " tên | to play darts | |
| " thanh | loudspeaker | |
| " thích | to release, free | |
| " truất | to proscribe | |
| " trục | to expel, banish | |
| " túng | to be morally unrestrained | |
| " tứ | See phóng túng | |
| " uế | to defecate/urinate | |
| " vận | free rime | |
| " xá | to set free | |
| " xạ | radioactive | |

| | | |
|---|---|---|
| bệ phóng | | launch pad |
| giải " | | liberate, emancipate |
| giàn " | | launcher |
| máy " | | launcher |
| ống " | | spittoon; launcher (tube), thrower |
| tờ " | | transparent paper for tracing graph/map |

154

to ward off, guard against, prevent.

| | | | | | |
|---|---|---|---|---|---|
| phòng | ất | to prevent | biên | phòng | border protection |
| " | bại | to prevent defeat | canh | " | to guard, watch |
| " | bệnh | prevention / preventive | cẩn | " | to be vigilant |
| " | bị | to prevent, be vigilant | cận | " | close defensive |
| " | chỉ | to stop, prevent | duyên | " | coast guard |
| " | cơ | to prevent famine | dự | " | to take precautions |
| " | dịch | to prevent an epidemy | đề | " | to be careful |
| " | độc | to prevent toxic gas | hải | " | sea defense, coast guard |
| " | gian | to carry out security measures | quốc | " | national defense |
| " | giữ | to guard | trú | " | (troops) to be stationed |
| " | hải | coast guard | | | |
| " | hoả | fire prevention | phòng bệnh tốt hơn trị bệnh | | prevention is |
| " | hờ | (to be used) just in case | | better than cure | |
| " | khi | just in case | | | |
| " | không | air defense; antiaircraft | phòng thủ thụ động | | civil defense |
| " | lụt | anti-flood | | | |
| " | luỹ | fortifications | | | |
| " | ngự | to defend | | | |
| " | ngừa | to prevent, stop | | | |
| " | thân | to defend oneself; in self-defense | | | |
| " | thủ | to defend / defense | | | |
| " | tuyến | defense line | | | |
| " | vệ | to defend, guard | | | |
| " | xa | to foresee (need, danger) | | | |

1 to help, assist. 2 to be attached; to be secondary, adjunct, co-.

| phụ âm | consonant (sound) | phụ thẩm | assessor (to a magistrate) |
|---|---|---|---|
| " bản | enclosure, annex | " thẩm đoàn | jury |
| " bật | to assist, aid | " thu | to collect extra |
| " biên | appendix | " thuế | surtax |
| " biện | to assist, aid | " thuộc | to be dependent |
| " canh | to cultivate a secondary crop | " tố | affix |
| " cận | to be neighboring | " trái | to be in debt |
| " cấp | allowance | " trội | to be additional |
| " chính | regency | " trợ | to assist |
| " chú | annotation | " trương | supplement of a paper |
| " chương | enclosure, supplement | " tùng | to be accessory |
| " dịch | secondary job | " ước | supplementary agreement |
| " diễn | interlude | | |
| " dung | satellite | bản phụ | copy |
| " dực | to aid, assist | bếp " | assistant cook |
| " đạo | (imperial) tutor | hoa tiêu " | co-navigator |
| " đề | subtitle | phần " | secondary/minor part |
| " đính | to attach, enclose | phi công " | co-pilot |
| " đoạn | subparagraph | vai " | minor part/role, extra |
| " động | (of staff) floating/local | | |
| " đổi | to assume | | |
| " giáo | assistant, instructor | | |
| " giúp | to assist | | |
| " họa | to echo, repeat | | |
| " khảo | research assistant | | |
| " khế | annex to a contract | | |
| " khoản | allowance; additional amount | | |
| " khuyết | to be alternate | | |
| " lệnh | annex | | |
| " lục | appendix | | |
| " lực | to assist, aid | | |
| " lưu | affluent, tributary | | |
| " tá | to assist, aid | | |

1 to pass by, go across, go through; to cross (bridge, river, etc.). 2 to go under; to go/come over to. 3 to have elapsed, die (qua đời). 4 to go through, slip by.

| | | | | |
|---|---|---|---|---|
| qua bữa | just to get through a meal | | đọc/xem qua | to glance, read quickly, skim |
| " cầu | to go through an experience | | | |
| " chuyện | to act negligently | | hôm qua | yesterday |
| " đời | to pass away | | trong bốn năm qua | during the past four years |
| " đường | to cross the road; to pass by | | Bốn năm đã qua. | Four years have passed. |
| " khỏi | to recover; to escape (death) | | thứ sáu vừa qua | this past Friday |
| " lại | to move back and forth / reciprocal | | chuyện/việc đã qua | something past |
| " lần | just to get it over with | | khách qua đường | passer-by |
| " loa | to act negligently, not thoroughly | | tai qua nạn khỏi | the critical moment is over, the danger is over |
| " mặt | to pass, overtake; to by-pass | | ảnh hưởng qua lại | mutual influence |
| " ngày | to while away one's time / from day to day | | Nói gần nói xa chẳng qua nói thật. | It's no use beating around the bush: I might as well tell you the truth. |
| " quít | to act as a formality | | | |
| " tay | to be second-hand | | | |

| | |
|---|---|
| băng qua | to dash across |
| bay " | to fly by/over |
| bò " | to crawl across |
| bỏ " | to let go (chance); to forgive |
| bơi " | to swim across |
| chạy " | to run across |
| đi " | to go past/by; to cross; to go through |
| nhảy " | to jump over |
| sơ " | summarily, sketchily |
| trải " | to experience |
| vượt " | to overcome, cross over |
| xuyên " | to pierce through |

1 to treasure, respect, cherish, hold in high esteem.  2 to be valuable, precious.  3 to be noble.

| | | | | |
|---|---|---|---|---|
| quý bà | ladies! | quý tướng | good physiognomy |
| " bảu | to be precious | " vật | precious thing |
| " chức | gentlemen (officials) | " vị | Ladies and Gentlemen! |
| " danh | your name | " viện | your institute |
| " giá | to be precious, valuable | | |
| " hiển | to look distinguished and suc- | cao quý | noble |
| | cessful | quyền " | aristocracy |
| " hiệu | your distinguished firm/surname | tôn " | to respect, revere |
| " hoá | to be precious | vật " | precious thing |
| " hồ | provided | vốn " | important asset |
| " huynh | my distinguished brother(s) and | | |
| | friend(s) | | |
| " hữu | you, my distinguished friend(s) | | |
| " khách | distinguished guest | | |
| " kim | precious metal | | |
| " mến | to esteem | | |
| " ngài | gentlemen! | | |
| " nhàn | illustrious person | | |
| " nương | Miss / you | | |
| " ông | gentlemen | | |
| " phái | nobility, aristocracy | | |
| " phi | imperial concubine | | |
| " quán | your native country | | |
| " quốc | your distinguished country | | |
| " quyến | your (distinguished) family | | |
| " thể | your body/health | | |
| " thư | your letter | | |
| " tiện | noble vs. vile | | |
| " tính | your family name | | |
| " toà | your distinguished court, office... | | |
| " tộc | aristocracy | | |
| " trọng | to respect, esteem / valuable | | |
| " tử | favorite son | | |

1 to decide to, make up one's mind.  2 to be determined to.

| quyết | chỉ | to be resolved to | biểu quyết | | to decide, vote |
|---|---|---|---|---|---|
| " | chiến | decisive battle | cả | " | resolutely |
| " | dấu | decisive battle | cương | " | to be determined |
| " | định | to decide | đoan | " | to affirm |
| " | đoản | to be resolved | nhất | " | to be determined to |
| " | lệnh | imperative | phán | " | (of judge) to decide, rule |
| " | liệt | to be drastic/decisive | phủ | " | to veto |
| " | lòng | to be determined | quả | " | to affirm |
| " | nghị | to resolve | tiên | " | to be a prerequisite |
| " | nhiên | decidedly, certainly | tự | " | self-determination |
| " | tâm | to be determined to | | | |
| " | thắng | to be resolved to win | kiên quyết đấu tranh | | determined/resolved to struggle |
| " | thư | ultimatum | | | |
| " | tiến | to be determined to go forward | Uỷ ban chấp hành vừa ra nghị quyết ... | | |
| " | tụng | (of oath) to be decisive | The Executive Committee just passed a re-solution ... | | |
| " | tử | to volunteer to die / suicide troops | | | |
| " | ý | to be resolved | | | |
| " | yếu | to be necessary, essential | | | |

1 to exit, go/come out. 2 to go/come out into. 3 to go north (from a point further south). từ Huế ra Hà-nội. to go up from Hue to Hanoi. 4 to issue (order, newspaper, communiqué), give (signal, assignment). 5 to leave, graduate from. 6 to give forth.

| | | | |
|---|---|---|---|
| ra bài | to assign (homework) | ra ràng | (of squab) to have complete plumage |
| " bảng | to publish list of students who passed | " rìa | to be left out, ignored |
| " bộ | to seem, appear | " sao | to amount to anything |
| " chi | see ra gì | " sức | to make efforts |
| " công | to exert oneself | " tay | to show one's ability |
| " dáng | to look, seem to; extremely, well | " toà | to appear in court |
| " đi | to depart, leave | " trận | to go to battle |
| " điều | to act/appear as if | " tro | to be ruined |
| " đời | to be born; to face life | " trò | to play a part on stage; properly, adequately |
| " gì | (not) to be worth anything | " tuồng | to turn out to be; properly, adequately |
| " giá | to set the price | | |
| " giêng | early next year, next January | | |
| " hè | to end the summer season | " vào | to go in and out |
| " hiệu | to signal | " vẻ | to seem/appear to |
| " hoa | to give flowers, bloom | " ý | to seem, look, appear |
| " hòn | to be worth something | | |
| " kiểu | to set the pattern | đi ra | to go/walk out |
| " lệnh | to issue orders | chạy " | to run out |
| " lò | to be freshly made/written/ created | bước " | to step out |
| | | bơi " | to swim out |
| " manh ra mối | to know the crux of the matter | bò " | to crawl out |
| " máu | to bleed | bay " | to fly out |
| " mắt | to appear | | |
| " mặt | to show oneself | hiện " | to appear |
| " mẽ | see ra bộ | kiếm " | to find |
| " miệng | to express one's opinion | nhận " | to recognize |
| " mồm | to protest | nhìn " | to recognize |
| " người | to become a decent man | nhớ " | to remember |
| " oai | to put on airs to scare people | tìm " | to find |
| " ơn | to do favors | | |
| " phét | quite, extremely | | |

béo/mập ra        to get fat

đẹp     "        to become prettier

trắng    "       (of complexion) to become lighter


xay luá mì ra bột    to grind wheat into flour

ép lạc ra dầu       to press peanuts to get oil

sống cho ra sống    to live as one should

ra ngô ra khoai     to distinguish corn from

                     sweet potatoes,—to be clear,

                     unambiguous

1 to produce. 2 to reproduce.

| | | | | |
|---|---|---|---|---|
| sản bà | midwife | thổ sản | local product |
| " dục | reproduction | thương " | commercial property |
| " hậu | postnatal | tư " | private/personal property; |
| " khoa | obstetrics | | bourgeois |
| " kỳ | time of childbirth | vô " | proletarian; proletariat |
| " lượng | output, yield, volume of pro- | | |
| | duction | sản xuất lớn | large-scale production |
| " nghiệp | property, estate; production | sản xuất nhỏ | small-scale production |
| " phẩm | product, result, outcome | sản xuất thiếu | underproduction |
| " phụ | lying-in woman | sản xuất thừa | overproduction |
| " quyền | copyright | sản xuất dây chuyền | assembly line production |
| " tiền | before delivery | công cụ sản xuất | tools of production |
| " vật | product | phương tiện sản xuất | means of production |
| " xuất | to produce | quan hệ sản xuất | production relationships |

| | |
|---|---|
| bại sản | bankruptcy |
| bất động sản | real estate |
| binh sản | military property |
| công " | public property |
| cộng " | communism |
| di " | heritage, inheritance, legacy |
| điền " | landed estate |
| động " | personal effects |
| gia " | family property |
| hải " | marine products |
| hộ " | maternity (leave) |
| hữu " | owner, proprietor |
| khoáng " | minerals |
| lâm " | forest products |
| nông " | agricultural products |
| phá " | bankruptcy |
| sinh " | to produce, reproduce; productive |
| tài " | property, estate |

1 to go over, come over, to cross (road, river, sea); to come on over. 2 to go/come to another country. 3 (of time) to pass over. 4 to sublet (house,...) for some key money.

| | | | |
|---|---|---|---|
| sang bộ | to transfer land ownership in the register | chuyển sang đó | to transfer/move to that place |
| " canh | to elapse from one night watch to the next | đem sang đây | to bring over here |
| " đò | to ferry over/across | đi sang Pháp | to go over to France |
| " máu | to give blood transfusion | gửi sang Mỹ | to send to the U.S. |
| " năm | next year | tiền sang nhà | key money |
| " ngang | to break a marriage promise and marry another person | lệch sang một bên | tilted to one side |
| " nhà | to transfer a lease | ngoẹo sang bên phải | tilted to the right |
| " nhượng | to cede/transfer ownership | né sang một bên đường | to step aside (to make room for someone on roadway) |
| " qua | to be carried forward | | |
| " số | to shift gear; to transfer ownership (of automobile) | | |
| " sông | to cross a river | | |
| " tay | to change hands | | |
| " tên | to transfer (property) | | |
| " tháng | next month | | |

| | | |
|---|---|---|
| bay sang | to fly over to |
| bò " | to crawl over to |
| bơi " | to swim over to |
| bước " | to step over into |
| chạy " | to run over to |
| đi " | to go/come over to |

1 to give birth, reproduce. 2 to be born. 3 to produce. 4 to become.

| | | | |
|---|---|---|---|
| sinh bình | during one's lifetime | sinh lý học | physiology |
| " chuyện | to make trouble | " mệnh | human life |
| " chứng | to be capricious, erratic, unpredictable | " nghi | to become suspicious |
| | | " ngữ | modern language |
| " cơ | to establish one's business | " nhai | to make a living |
| " diệt | to be born and die | " nhật | birthday |
| " dục | reproduction | " nhiệt | to be thermogenous, produce heat |
| " dưỡng | to give birth to then to bring up | | |
| | | " nở | to have children |
| " đẻ | to have children, procreate | " phần | tomb, sepulchre |
| " đồ | scholar, student | " quán | native place |
| " đôi | to have twins; to be twins | " ra | to give birth; to become |
| " động | to be alive | " sản | to produce, reproduce |
| " hạ | to give birth to | " sát | life or death |
| " hàn | refrigerant | " sắc | to become more beautiful |
| " hoá | life and death | " sôi nảy nở | to reproduce |
| " hoá học | biochemistry | " sống | to live |
| " hoạt | to live / life, existence | " suất | birth rate |
| " hoạt phí | living expenses, perdiem | " súc | domestic animals |
| " hồn | vegetative soul | " sự | to create trouble |
| " kế | means of livelihood | " thai | to be viviparous |
| " khí | vitality | " thái học | ecology |
| " lãi | to be interest-earning | " thành | to give birth to then to bring up |
| " linh | human beings, people, living person | | |
| | | " thời | lifetime, life |
| " loạn | to riot | " thú | pleasures of life |
| " lộ | safety way; way of salvation | " thực | reproduction |
| " lời | to be profit-making | " thực khí | genitals |
| " lợi | to be productive | " tiền | while he was still living |
| " lực | force, strength, energy | " tố | vitamin |
| " ly | to be separated while living | " tồn | to exist |
| " lý | physiology / physiological | " tơ | to produce silk |
| " lý hoá | biology, physics, chemistry | " trái | to be fruit-bearing |

| | | | | | | |
|---|---|---|---|---|---|---|
| sinh | trứng | to be oviparous | | học | sinh | student |
| " | trưởng | to grow up | | môn | " | disciple |
| " | từ | temple to a living official | | nho | " | young scholar |
| " | tử | life and death | | nữ | " | girl student |
| " | tử giá thứ | vital statistics | | thí | " | candidate (in exam) |
| " | tức | See sinh lợi | | thiếu | " | young pupil |
| " | vật | living thing | | thư | " | student, scholar |
| " | vật học | biology | | tiên | " | teacher |
| " | viên | (university) student | | y | " | medical doctor |

| | | |
|---|---|---|
| bình | sinh | during one's life |
| chúng | " | living beings |
| Giáng | " | Christmas |
| hậu | " | younger generation |
| hộ | " | maternity |
| hy | " | to sacrifice |
| ký | " | parasite |
| Phục | " | Easter |
| sát | " | to kill |
| tái | " | to be reborm |
| trường | " | long life |
| văn | " | I, a lateborn |
| vệ | " | hygiene |

1 to live; to be alive, be living. 2 (vegetable) to be raw; (meat, etc.) rare, uncooked. 3 to do well (business). 4 alive.

| | | |
|---|---|---|
| sống chết | life and death | |
| " chung | to co-exist | |
| " còn | to survive; to be a matter of life and death | |
| " dai | to live very long | |
| " động | to be alive, dynamic, vivid | |
| " gửi | to live abroad temporarily | |
| " lại | to be revived, come to lofe again | |
| " lâu | to live long | |
| " nhăn | to be very raw, to be very much alive | |
| " nhờ | to live on (somebody) | |
| " sít | to be raw, unripe | |
| " sót | to survive | |
| " sượng | to be rude/tactless; (of style) awkward | |
| " tạm | to live temporarily | |
| " thác | life and death | |
| " thừa | to be useless to society, subsist, vegetate | |
| " thực | to be alive, vivid | |

| | | |
|---|---|---|
| ăn sống | to eat raw | |
| bắt " | to capture alive | |
| chết " | death and life | |
| chôn " | to bury alive | |
| đời " | life | |
| kiếm " | to make a living | |
| lẽ " | reason for living | |
| mạng " | life | |

| | | |
|---|---|---|
| nuốt sống | to swallow something uncooked; to swindle, cheat | |
| rau " | uncooked vegetables | |
| sinh " | to live, live on | |
| sự " | life | |
| sức " | strength | |
| thịt " | raw meat | |

sống cuộc đời thanh bạch    to live a simple and frugal life

trên sống, dưới khê, tứ bề nát bét    (rice in a pot) still uncooked on top, burned at the bottom, and mushy all around

Bác sĩ bảo nên ăn nhiều rau sống, chứ đừng ăn thịt lợn sống.    The doctor said he should eat a lot of raw vegetables, but no raw pork.

Ai cũng bảo mở hiệu ăn sống lắm.    Everyone says that restaurant business is very good.

1 to think, reflect, consider; to infer, deduce. 2 to select, choose

| | | | | | |
|---|---|---|---|---|---|
| suy | bì | to be jealous | loại suy | | analogy |
| " | cầu | to deduct in search for truth | nghĩ " | | to reflect, think |
| " | cử | to elect | xét " | | to examine |
| " | cứu | to study, examine | | | |
| " | diễn | to deduce | suy hơn quản thiệt | | to weigh the pros and cons |
| " | đoán | to deduce, presume | suy bụng ta ra bụng người | | to assume that |
| " | gẫm | to reflect | | others think as one does | |
| " | giai | to deduct | | | |
| " | giải | to share (food and clothes) with someone | | | |
| " | loại | to argue by analogy | | | |
| " | luận | to research | | | |
| " | lý | to reason | | | |
| " | nghĩ | to think, ponder, reflect, meditate | | | |
| " | nghiệm | to experiment | | | |
| " | nguyên | to reconstruct, trace the origin | | | |
| " | niệm | to think about, reminisce | | | |
| " | quảng | to generalize | | | |
| " | rộng | to generalize | | | |
| " | tính | to think, calculate | | | |
| " | tôn | to venerate | | | |
| " | trắc | to deduce, make a conjecture | | | |
| " | tư | to think, reflect | | | |
| " | tưởng | to think over, ponder | | | |
| " | tỵ | to compare jealously | | | |
| " | vấn | to ask oneself | | | |
| " | xét | to examine | | | |

1 to make, do, act.   2 to write, compose.   3 to work.

| | | | | |
|---|---|---|---|---|
| tác chiến | to make war | canh | tác | to cultivate, farm, till |
| " dụng | action , effect | chế | " | to create, invent |
| " động | to act | công | " | work, task, job |
| " gia | author, writer, artist | cộng | " | to collaborate |
| " giả | author | động | " | movement, motion, activity, |
| " hại | to do harm | | | action, work |
| " họa | to cause disaster | giai | " | elegant, fine literary compos- |
| " hợp | to unite, marry (a couple) | | | ition |
| " loạn | to make trouble | hợp | " | to cooperate |
| " lực | action | nguyên | " | original (as opposed to trans- |
| " nan | to cause difficulties | | | lation) |
| " nghiệt | to cause trouble | phỏng | " | to adapt (literary work) |
| " nhân | agent | sáng | " | to create, be creative |
| " phản | to rebel | tạo | " | construction, public works |
| " phẩm | work (literary or artistic) | thao | " | movements |
| " phong | manners, conduct, behavior | trước | " | to author (literary work) |
| " phúc | to do good deeds | tuyệt | " | masterpiece |
| " quái | to act funny, behave oddly | xúc | " | to catalyze |
| " quyền | copyright, royalty | | | |
| " tệ | to do wrong, misbehave | | | |
| " thành | to help (young couple) get married | | | |
| | or succeed | | | |
| " thế | potential of action | | | |
| " thiện | to do good deeds | | | |
| " tử | action quantum | | | |
| " uy tác phúc | to do as one pleases | | | |
| " văn | essay writing | | | |
| " xạ | fire, shelling | | | |

to create, make, manufacture.

| | | | | | |
|---|---|---|---|---|---|
| tạo cảnh | effect (on stage) | | cải tạo | | to reform |
| " đoan | to create | | cấu " | | to form, create |
| " hình | plastic | | chế " | | to manufacture |
| " hoá | the Creator, Nature | | con " | | the Creator |
| " lập | to create, establish | | đào " | | to train |
| " loạn | to foment trouble, incite trouble | | giả " | | to be artificial, false |
| " phản | to rebel | | nguy " | | to falsify |
| " tác | construction, public works | | nhân " | | to be man-made |
| " thành | to create | | ông " | | the Creator |
| " thiên lập địa | to create this world | | tái " | | to remake |
| " vật | Nature | | tân " | | newly made |
| " ý | to ideate, imagine, conceive | | thiên " | | to be natural |
| | | | tu " | | to rebuild (temple) |

tạo  ra      to create, produce

 "   nên     to create, produce

to increase, raise.

| | | | | | |
|---|---|---|---|---|---|
| tăng bổ | to augment, revise (an edition) | | bội tăng | to increase manifold |
| " bội | to increase | | gia " | to increase |
| " cường | to strengthen, reinforce | | | |
| " gia | to increase, raise | | tăng lên | to go up, rise, increase |
| " giá | to raise the prices | | tăng 5 phần trăm | to increase 5 percent |
| " giảm | to increase and decrease | | tăng gấp mười | to increase tenfold |
| " hoạt | to activate | | tăng gấp bội | to increase manifold |
| " huyết áp | hypertension | | | |
| " ích | to add | | | |
| " khoản | increase | | | |
| " lương | to increase pay | | | |
| " sản | accession, addition to property | | | |
| " súc | increase | | | |
| " tiến | to progress, make headway, improve | | | |
| " trữ | to accumulate | | | |
| " trưởng | to grow, increase | | | |
| " viện | to increase aid | | | |

Công nhân xe lửa đình công đòi tăng lương.
Railroad workers went on strike to demand higher wages.

Bệnh cụ ấy tăng chứ không giảm. The old gentleman's condition got worse, not better.

TẬP

1 to practice, drill.  2  to do exercises.

| | | | | |
|---|---|---|---|---|
| tập bay | to learn/practice to fly;  to learn to fly a plane | bài tập | exercise, drill |
| " binh | to give/receive military training | diễn " | to exercise, drill |
| " diễn | to drill, maneuver | học " | to study |
| " dượt | to train, drill | luyện " | to practice, drill |
| " đọc | to practice reading | ôn " | to review |
| " đồ | to practice handwriting | thực " | to get practice, do fieldwork |
| " huấn | (of military) to undergo training | | |
| " lính | to give/receive military training | | |
| " luyện | to train, practice | | |
| " nghề | to be an apprentice, get pre-service training | | |
| " nhiễm | to acquire (bad habit) | | |
| " quán | habit | | |
| " rèn | to drill, practice, forge | | |
| " sinh | novice, trainee | | |
| " sự | (of employee) to be on training/probation | | |
| " tành | to exercise | | |
| " trận | to have maneuvers, tactical exercises | | |
| " tục | customs and manners | | |
| " tuồng | to rehearse (play) | | |
| " xạ | gunnery training | | |

1 to gather, unite / group, series, collection, pile; booklet, notebook; volume. 2 to edit, compile.

| | | |
|---|---|---|
| tập lại thành | to gather opinions, collect | Hai anh em tập kết ra Bắc.   The two brothers |
| "    đoàn | community, group, body | regrouped in the north. |
| "    họp | to gather, group | nông trường tập thể   collective farm |
| "    hợp | to assemble, gather / set | bộ/ban biên tập    editorial board |
| "    kết | to assemble, regroup | tuyển tập thơ văn Việt-nam   anthology of Viet- |
| "    quyền | centralization of power | namese literature |
| "    san | journal, review | |
| "    thể | group, collectivity; collective | |
| "    trung | to concentrate | |

| | |
|---|---|
| biên   tập | to edit, compile |
| thi    " | collection of poems, collected poems |
| triệu  " | to call (meeting) |
| tụ     " | to gather, assemble |
| tuyển  " | selected collection, anthology |
| văn    " | collected writings/works |

tập họp lại    to gather, unite, group

1  to succeed.   2  to become.

| | | |
|---|---|---|
| thành án | | to receive a sentence |
| " | bại | success and failure |
| " | công | to succeed/success |
| " | danh | to become famous |
| " | đạt | to succeed |
| " | đinh | to become of age |
| " | gia | to get married |
| " | giá | total cost before sale |
| " | hình | to take shape |
| " | hôn | to marry |
| " | kiến | prejudice, preconceived idea |
| " | lập | to form, set up, establish |
| " | lệ | established rule |
| " | ngữ | idiom, expression, proverb |
| " | nhân | to become a man |
| " | niên | to come of age |
| " | phẩm | finished product |
| " | phần | component, constituent; composition, background |
| " | phục | to wear mourning clothes |
| " | quả | good results |
| " | ra | as a result |
| " | sự | to succeed |
| " | tật | to become an invalid |
| " | thạo | to be expert |
| " | thân | to get married |
| " | thành | to succeed |
| " | thục | to be ripe, mature, experienced |
| " | thử | consequently, as a result |
| " | tích | accomplishments |
| " | toán | to plan ahead and succeed |
| " | tựu | to succeed, achieve;  be successful |
| " | văn | (of law, etc.) written |

| | | |
|---|---|---|
| thành viên | | constituent, part, component |
| biến thành | | to turn into |
| cấu | " | to make up, form |
| hoàn | " | to complete |
| khánh | " | to inaugurate, open |
| lão | " | veteran |
| tạo | " | to make up, create |
| trưởng | " | to grow up |
| trở | " | to become |

X. sau đó thành tiên.    Thereupon X. became
    an immortal.

Trời mưa thành (ra/thử) tôi không đi thư viện
    được.    It rained, so I couldn't go to
    the library.

I to change (clothes, tools, method).  2  to change, become different, become altered.  3  to replace, succeed, substitute for.

| | | | | |
|---|---|---|---|---|
| thay áo | to change (clothes);  to change one's husband/wife often | thay ra | to change, take off (garment) |
| "  băng | to change a dressing, dress a wound | "  răng | to lose one's milk teeth and acquire permanent ones |
| "  bậc đổi ngôi | to change status | "  tay | to change hands;  to substitute for a player (in card game) |
| "  chân | to replace, succeed | "  thế | to replace, substitute for |
| "  da | (of snake) to shed | "  Trời | to act on a mandate from Heaven |
| "  dạ | See thay lòng | "  vào | instead of, in place of |
| "  dĩa/đĩa | to change plates/records; (slang) to marry another woman | "  vì | instead of, in lieu of |
| "  đổi | to change (opinion, program,...) to change, become different/altered | đổi thay | to change, become different |
| | | đổi trắng thay đen | to change completely |
| "  giấy | to renew a loan contract, refinance a loan | thay bút lông bằng bút bi | to substitute a ball-point pen for the writing brush |
| "  hồn | to go through a metamorphosis | Không có mật ong thì thay bằng mật mía vậy. | If there is no honey you'll have to be content with molasses as a substitute. |
| "  kim | to change needles;  (slang) to have a new boyfriend | | |
| "  lá | to change leaves | Thay mặt Ban giám hiệu, tôi xin cảm ơn... | On behalf of the school/college administration, I should like to thank... |
| "  lòng (đổi dạ) | to switch allegiance | | |
| "  lông | (of bird) to molt | thay vì mỗi ngày bốn lần,... | instead of four times a day,... |
| "  lốt | to change clothes;  to become a new person | | |
| "  lời | to speak on behalf of | | |
| "  má | See thay mặt | | |
| "  mặt | to represent / on behalf of, speaking for, representing | | |
| "  nước | to change water (especially in a bowl containing fighting fish) | | |
| "  ngôi | to change status | | |
| "  phiên | to take turns, alternate | | |
| "  quyền | to act as a proxy/regent | | |

1 to promote.  2 to go up, arise, ascend.  3 (of spirit) to leave the medium's body after a seance.

| | | | | | |
|---|---|---|---|---|---|
| thăng | bằng | to be balanced / equilibrium, balance | giáng | thăng | ups and downs |
| " | bình | to attain peace | truy | " | to promote posthumously |
| " | bổ | to promote | trực | " | helicopter |
| " | cấp | to be promoted in rank | vinh | " | to receive a well-deserved promotion |
| " | chức | to promote | | | |
| " | dường | (of mandarin) to preside as judge | thăng lên giáng xuống | | to go up and down |
| " | giáng | to promote and demote | được thăng kỹ-sư bậc 2 | | promoted to Engineer Grade 2 |
| " | hà | (of king) to die | | | |
| " | hạng | to get an in-grade promotion | được thăng đại-uý | | promoted to captain |
| " | hoa | to sublimate | | | |
| " | hồng | to sublimate | | | |
| " | quan | to get a promotion | | | |
| " | thiên | Ascension; fireworks | | | |
| " | thưởng | to promote according to merit | | | |
| " | tiến | to promote in status | | | |
| " | trầm | to rise and fall / ups and downs, vicissitudes | | | |
| " | trật | to be promoted | | | |

to win, outdo, overcome, vanquish, conquer, defeat, be victorious over.

| | | | | | |
|---|---|---|---|---|---|
| thắng bại | | victory and/or defeat | chiến thắng | | victory |
| " | cảnh | scenic spot | đại | " | great victory |
| " | cuộc | to win (in contest); to win a bet | đắc | " | to score a victory |
| " | địa | land of success | quyết thắng | | to be determined to win |
| " | đoạt | to win (prize, territory,...) | thủ | " | to win |
| " | hội | big festival | thừa | " | to advance from victory (unto victory); in the midst of victory |
| " | kiện | See thắng tố | | | |
| " | lợi | victory, success | toàn | " | complete victory |
| " | may | to win by sheer luck | | | |
| " | nước | to win (game of chess,...) | bất phân thắng phụ | | it's not clear who won; it's a tie |
| " | phụ | to win and/or to lose | ưu thắng liệt bại | | survival of the fittest |
| " | quá | to overtake, overwhelm | Hải-quan thắng 5 bàn, thua 2. | | Customs won 5 to 2. |
| " | quân | to win (chessmen,...) | | | |
| " | quân số | to outnumber (the enemy) | Nhân định bất thắng thiên. | | Man proposes, but God disposes. |
| " | số | majority | | | |
| " | thăm | to win more votes than... | | | |
| " | thế | to have an advantage, gain ground | | | |
| " | tích | scenic spot | | | |
| " | tố | to win a lawsuit | | | |
| " | trận | to win a war/battle / victory | | | |

to try, examine, judge.

| | | |
|---|---|---|
| thẩm án | to try a case in court |
| " cấp | jurisdiction |
| " cứu | to investigate |
| " duyệt | to examine carefully |
| " đạc | to survey, measure |
| " đạt | to estimate, weigh the pros and cons |
| " định | to appreciate, appraise, judge |
| " đoán | to judge before making a decision |
| " kế | account |
| " kế viện | board of auditors |
| " kết | to judge and rule |
| " lý | to judge, try (a case) |
| " mỹ | esthetics |
| " nghiệm | to experiment, test |
| " phán | to judge / judge, justice |
| " quyền | authority, jurisdiction |
| " sát | to investigate, examine |
| " sát viên | investigation officer |
| " tấn | to interrogate, question, torture |
| " thận | to examine carefully |
| " tra | to investigate, review |
| " trình | referendary |
| " ước | to estimate, appraise |
| " vấn | to interrogate, inquire |
| " xét | to examine |

| | | |
|---|---|---|
| bồi thẩm | assessor, juror;  jury |
| hội " | assessor, juror |
| hưu " | to suspend a trial |
| phúc " | Court of Appeals |
| sơ " | first circuit (court) |
| tái " | second trial, new trial |
| thính " | hearing (in court) |
| thượng " | Higher Court, Court of Appeals |

Chúng tôi không có thẩm quyền về việc này.

   This matter is not within our jurisdiction.

Uỷ ban thẩm định hỗ tương giá trị văn hoá Đông

   Tây    Committee for the Mutual Appreciation

   of Eastern and Western Cultural Values

Uỷ ban thẩm tra tư cách đại biểu của Quốc hội

   Credentials Review Committee of the National

   Assembly

l to see, perceive, feel. Tôi không thấy gì cả. I don't see anything at all. Tôi thấy rằng chúng ta nên đợi ít lâu. I feel that we should wait a while. 2 to find, see, observe, detect, take notice. Anh ấy thấy cô ta có vẻ lạnh nhạt. He found that she seemed cold. Ai cũng thấy rằng phải học chăm. Everybody sees that one must study hard. 3 to see, hear, smell, feel, etc. nhìn/trông thấy to see. nghe thấy to hear. ngửi thấy to smell. sờ thấy to feel (by touching). ngó thấy to catch a glimpse of. tìm/kiếm thấy to find (after looking or searching).

| | | |
|---|---|---|
| thấy kinh | to menstruate |
| " thảng | to menstruate |
| " tội | to menstruate |

| | |
|---|---|
| không nhìn thấy gì | did not see anything |
| nhìn không thấy gì | looked but could not see anything |
| không trông thấy gì | did not see anything |
| trông không thấy gì | looked but could not see anything |
| không nghe thấy gì | did not hear anything |
| nghe không thấy gì | listened but could not hear anything |
| không ngửi thấy gì | did not smell anything |
| ngửi không thấy gì | sniffed but could not smell anything |
| không sờ thấy gì | did not feel anything |
| sờ không thấy gì | felt but could not find anything |
| không tìm thấy gì | did not find anything |
| tìm không thấy gì | looked but could not find anything |

| | |
|---|---|
| cảm thấy | to feel |
| nhận " | to observe |

1  to follow, accompany, trail, pursue.  2  to imitate, copy.  3  to elope with.  4  to obey, comply.

| theo chân | to follow the steps;  to imitate | bắt chước theo | to imitate, copy |
|---|---|---|---|
| "  dấu | to follow the footmarks | chạy  " | to run after |
| "  dõi | to pursue, follow up | chièu  " | to comply with |
| "  đạo | to follow catholicism | đem  " | to bring along |
| "  đòi | to try to keep up with | đi  " | to follow, accompany |
| "  đuổi | to follow, copy | đuổi²  " | to run after, pursue |
| "  đuổi² | to pursue (objective, vocation) | hùa  " | to follow suit |
| "  gót | to dog someone's step, imitate | làm  " | to follow (model) |
| "  gương | to follow the example | noi  " | to follow, copy |
| "  họ mẹ | (of illegitimate child) to take | nối  " | to follow behind |
|  | mother's name | tiếp  " | following;  "continued from" |
| "  hút | to follow closely, tail | trông  " | to follow |
| "  không | to live with a man without | tùy  " | to depend on |
|  | marriage |  |  |
| "  kịp | to catch up with | theo (ý) tôi | in my opinion |
| "  lẽ | in principle, theoretically, | theo (ý) anh | in your opinion |
|  | ideally | theo thứ tự a-b-c | in alphabetical order |
| "  mây khói | to vanish | chiếu theo Nghị-định số... | in accordance with |
| "  ông theo bà | to die |  | Order No... |
| "  phe | to be on the side of |  |  |
| "  sát | to follow closely |  |  |
| "  trai | (of girl) to elope with a lover |  |  |

1 to withdraw, retire, recede. 2 to decline.

| | | | | | |
|---|---|---|---|---|---|
| thoái | bộ | to step back, regress | suy | thoái | to be decadent |
| " | bước | See thoái bộ | tiến | " | to advance and withdraw |
| " | chí | to be discouraged | triệt | " | to withdraw, draw back, go |
| " | chức | to resign | | | back |
| " | hạng | to demote | | | |
| " | hoá | to degenerate, deteriorate; to be corrupted/decadent | tiến thoái lưỡng nan | | to be caught in a dilemma |
| " | hôn | to break off a betrothal engagement | | | |
| " | khước | to renounce | | | |
| " | lui | to withdraw, go back; to back out | | | |
| " | ngũ | to be demobilized | | | |
| " | nhiệt | anti-fever, antipyretic | | | |
| " | nhượng | to yield, concede | | | |
| " | quân | to withdraw troops | | | |
| " | thác | to decline (using a pretext) | | | |
| " | tịch | to withdraw, retire | | | |
| " | trào | ebb tide, decline; dwindling movement | | | |
| " | ước | to break a promise | | | |
| " | vị | to abdicate | | | |

1 to escape from, flee.  2  to shed, strip.

| | | | |
|---|---|---|---|
| thoát chết | to escape from death | | written passage) |
| "  giang | hemorrhoids | | |
| "  hài | to take off one's shoes | dịch thoát | to give a free translation |
| "  hiểm | to escape from danger | tẩu  " | to escape |
| "  khỏi | to escape from | giải  " | to liberate, free |
| "  khổ | to reach Nirvana | lối  " | way out, outlet |
| "  lộ | road shoulder | tẩu  " | to flee |
| "  ly | to be emancipated from, leave, | trốn  " | to escape from |
| | part with | vượt  " | to escape from |
| "  miễn | to avoid | | |
| "  nạn | to escape from danger | Nó có thoát không?    Did he get away all right? |
| "  nhục | to lose weight, be emaciated | thoát khỏi tay địa chủ cường hào    to escape |
| "  nợ | to get out of debt;  to be free | from the oppression of landlords and village |
| | from a difficult or annoying | bullies |
| | situation | |
| "  nước | drainage | |
| "  quyền | to be emancipated (from parental | |
| | authority) | |
| "  sáo | to avoid clichés (of style) | |
| "  sinh | to get out of this life and enter | |
| | another | |
| "  thai | to be born, appear under another | |
| | form | |
| "  thân | to escape from danger | |
| "  thuỷ | drainage | |
| "  tội | to be delivered from punishment | |
| | or evil | |
| "  tràng | hernia | |
| "  trần | to renounce this world, enter | |
| | religion | |
| "  tục | to renounce this world | |
| "  xác | (of snake, crab, cicada) to shed | |
| "  y vũ | striptease | |
| "  ý | to fully express the ideas (of | |

1 to go/get through, communicate. 2 to understand, master. 3 to ream out. 4 to agree.

| | | | | | |
|---|---|---|---|---|---|
| thông báo | to inform, advise; to report | | thông qua | to pass, approve |
| " | cảm | to understand | " | số | parameter |
| " | cáo | communiqué | " | suốt | to understand fully |
| " | dâm | to have a love affair | " | sử | general history |
| " | dịch | to translate/translator | " | sự | clerk, secretary |
| " | " viên | translator | " | sức | to instruct/circular |
| " | dụng | to be commonly used | " | tầm | to work from 8 to 5 |
| " | dạt | to transmit (official memorandum, etc.) | " | tấn | to inform |
| | | | " | tấn xã | news agency |
| " | điện | official telegram | " | thái | to be learned, erudite |
| " | điệp | message, circular; diplomatic note | " | thạo | to be expert |
| | | | " | thiên học | theosophy |
| " | đồng | to be in cahoots, connive | " | thông | to be without privacy |
| " | gia | to be allied through children's marriage | " | thuộc | to know by heart |
| | | | " | thư | almanac |
| " | giám | historical annals | " | thương | to trade with |
| " | gian | to commit adultery | " | thường | to be general, universal, common |
| " | hành | passport | | | |
| " | hiểu | to understand | " | tin | to inform information |
| " | hơi | to be aerated, well-aired, well ventilated | " | tín viên | correspondent/reporter |
| | | | " | tỏ | to know fully |
| " | lại | clerk | " | tri | to inform, advise, notify |
| " | lệ | general rule | " | tục | colloquial, popular; lay |
| " | lệnh | instruction, directive | " | tuệ | to be intelligent |
| " | luận | encyclopedia | " | tư | directive, order |
| " | lưng | to be in cahoots, connive | " | ước | to be commensurable |
| " | lượng | flux | | | |
| " | lưu | to circulate | cảm thông | to commune, sympathize |
| " | minh | to be intelligent | giao " | to communicate / communications |
| " | nghĩa | common/current meaning | lưu " | to flow, circulate |
| " | ngôn | interpreter | phổ " | general, popular, universal |
| " | nho | learned scholar | tinh " | to know well, master |
| " | phán | clerk | tư " | to have illicit relations; to have an affair |
| " | phong | lamp chimney, lamp glass | | | |

1 to collect, receive. 2 to take back, withdraw. 3 to arrange. 4 to reduce. 5 to record (sounds).
6 to put away.

| | | | |
|---|---|---|---|
| thu bé | to reduce | thu quân | to withdraw one's troops |
| " binh | to withdraw (troops) | " súc | to shrink up, curtail |
| " chi | receipts and expenditures | " tập | to assemble, gather, collect |
| " dọn | to clean up, rearrange | " thanh | to record (sounds/voice) |
| " dụng | to gather, to employ | " thập | to gather, round up |
| " đoạt | to seize | " tiếng | to record (voice) |
| " gọn | to abridge, digest; to put in order | " tô | rental money |
| | | " va thu vén | see thu vén |
| " góp | to collect | " vén | to arrange, put in order |
| " hẹp | to narrow | " xếp | to arrange, put in order, |
| " hình | to gather oneself together | | settle (problem) |
| " hoạch | to gather (harvest); to obtain (results) | chi thu | receipts and expenditures |
| " hoàn | to claim | bội " | favorable balance of account |
| " hồi | to recover, take back; claim back | gián " | (taxes) indirect |
| | | tịch " | to confiscate, seize |
| " hút | to attract | trực " | (taxes) direct |
| " không | curfew bell (announcing the closing of city gates) | thu vào | to collect, receive, take in |
| " liễm | to collect dues | " hồi/về | to take back, recover; to |
| " lôi | lightning rod | | withdraw |
| " lu | to bundle up | " lại | to take back; to reduce |
| " lượm | to reap, pick up, get | | |
| " một | to confiscate | | |
| " mua | to buy up (communist term) | | |
| " nạp | to receive, admit; to collect | | |
| " ngạch | receipts | | |
| " ngân | to collect money | | |
| " nhặt | to pick up, gather | | |
| " nhận | to accept, admit | | |
| " nhập | to collect as income | | |
| " nhỏ | reduce | | |
| " phục | to recover, win over | | |

1 to guard, defend. 2 to watch, keep watch. 3 to keep, observe.

| | | | | |
|---|---|---|---|---|
| thủ bạ/bộ | village registrar | | bảo thủ | conservative |
| " bổn | treasurer (of society) | | khẩn " | watchman, guardian |
| " cựu | to be conservative | | phòng " | to defend |
| " hộ | guardian, trustee | | thế " | defensive |
| " kho | storekeeper | | tiến " | to advance / progressive |
| " lễ | to observe good manners | | trấn " | to defend a town/post |
| " môn | goalkeeper | | tuân " | to abide by, obey |
| " ngục | jailkeeper | | tử " | to resist until the end |
| " ngữ | to defend a post | | | |
| " phận | to be content with one's lot | | | |
| " quỹ | cashier, treasurer | | | |
| " thành | to defend the citadel / goal-keeper | | | |
| " thân | to protect oneself | | | |
| " thế | to be on the defensive | | | |
| " thư | librarian | | | |
| " tiết | to be loyal to the memory of one's husband | | | |
| " tín | to keep one's promise | | | |
| " trì | to guard, keep, preserve | | | |
| " từ | (Taoist) temple keeper | | | |
| " tự | (Buddhist) temple keeper | | | |

1 to receive, accept.  2  to bear, endure, suffer.

| | | | | | |
|---|---|---|---|---|---|
| thụ ân | to enjoy a favor | | hưởng thụ | to enjoy |
| " bệnh | to fall sick, be taken ill | | tiếp " | to receive |
| " cách | accusative (case) | | | |
| " cảm | to be impressed | | | |
| " di | to receive a legacy, obtain a bequest | | | |
| " đắc | obtain, to get | | | |
| " độc | to be poisoned | | | |
| " động | to be passive | | | |
| " giáo | to receive instruction | | | |
| " giới | to enter religion, become a monk | | | |
| " hàn | to catch cold | | | |
| " hình | to undergo punishment | | | |
| " hưởng | to receive, enjoy | | | |
| " ký | to be a consignee | | | |
| " lệnh | to receive an order | | | |
| " lý | (of court) to accept complaint | | | |
| " mệnh | to obey an order | | | |
| " nghiệp | to study from ... | | | |
| " nhân | acceptor | | | |
| " nhận | to accept | | | |
| " nhiệm | to assume a function | | | |
| " nhượng | to be a relessee | | | |
| " phấn | pollination | | | |
| " phong | to be installed in office | | | |
| " tang | to wear mourning clothes, be in mourning | | | |
| " thai | (of woman) to conceive | | | |
| " thuế | to be taxable | | | |
| " tinh | to inseminate, impregnate | | | |
| " trai | (of Buddhist monks or followers) to eat | | | |
| " tưởng | to ideate | | | |
| " uỷ | to be a delegate | | | |

1 to persuade, convince.  2 to speak, tell, extoll / doctrine, theory, -ism.

| thuyết dẫn | to narrate |
| " gia | orator, speaker |
| " giả | editorialist |
| " giảng | to preach, lecture |
| " giáo | to preach |
| " giới | to preach against sins |
| " khách | diplomat. envoy |
| " lý | to reason, argue |
| " minh | to explain, narrate (film) |
| " pháp | (of Buddhist monk) to preach |
| " phục | to convince, persuade |
| " trình | to speak, report, brief |
| " trình viên | rapporteur, briefing officer |

Chúng tôi thuyết mãi nó mới chịu lấy vợ.    We spent a lot of time trying to persuade him before he agreed to get married.

thuyết duy vật    materialism

thuyết duy tâm    idealism

| biện thuyết | to argue |
| chủ " | doctrine |
| diễn " | to speak, lecture |
| du " | to travel abroad to brief friends |
| giả " | hypothesis |
| học " | theory, doctrine |
| khẩu " | oral presentation |
| lý " | theory / theoretical |
| tà " | heterodoxy |
| thương " | to negotiate |
| tiểu " | novel |
| trần " | to present, explain |
| truyền " | legend, tradition |
| xã " | editorial |

1 to do business, carry on trade.  2 to discuss, negotiate.

| thương bạ | | trade register | doanh thương | | business and trade |
|---|---|---|---|---|---|
| " | cảng | commercial port | hiệp | " | to discuss |
| " | chế | trade policy | ngoại | " | foreign trade |
| " | chiến | business competition | nội | " | domestic trade |
| " | chính | customs service | phú | " | rich merchant |
| " | cổ | trader | thông | " | to have trade relations |
| " | cục | commercial firm | tiểu | " | small merchant |
| " | điếm | commercial firm | | | |
| " | đoàn | traders' group | | | |
| " | đội | caravan | | | |
| " | gia | businessman, trader | | | |
| " | giới | business world | | | |
| " | hội | chamber of commerce;  firm | | | |
| " | khách | trader, merchant | | | |
| " | khẩu | commercial port | | | |
| " | luật | trade law | | | |
| " | lữ | traders caravan | | | |
| " | lượng | to negotiate | | | |
| " | mại | to carry on trade/trade, commerce | | | |
| " | nghiệp | business, trade | | | |
| " | nhân | trader | | | |
| " | pháp | trade law | | | |
| " | phẩm | trade item, merchandise | | | |
| " | phụ | commercial port | | | |
| " | sự | commercial affairs | | | |
| " | thuyền | merchant marine | | | |
| " | thuyết | to negotiate | | | |
| " | tiêu | trade mark | | | |
| " | tranh | business competition | | | |
| " | trấn | trade enclave | | | |
| " | trường | business world, market | | | |
| " | ước | trade agreement | | | |
| " | vụ | commercial affairs | | | |

1 to advance, progress, move forward.  2 to nominate, recommend.

| tiến | bình | to move troops forward | cải | tiến | to improve, better |
|------|------|------------------------|-----|------|--------------------|
| " | bộ | to improve, make progress | cấp | " | progressive |
| " | công | to attack | cầu | " | eager to advance |
| " | cử | to recommend, nominate, propose | hậu | " | backward |
| " | dẫn | to nominate, propose | luỹ | " | progressive |
| " | đánh | to launch an attack | tiền | " | progressive, advanced |
| " | độ | rate of progress | xúc | " | to promote, push |
| " | hành | to carry on (duties, work) | | | |
| " | hoá | to develop gradually/evolution | tiến lên | | to move forward, advance |
| " | hương | to offer incense | Tiến lên! | | Forward! |
| " | quân | see tiến binh | tiến xuống | | to move forward but toward the |
| " | ích | progress, improvement | | | south, move down to |
| " | sĩ | doctor(ate) | tiến ra | | to move forward and toward the |
| " | thân | to gain entrance | | | north, move out to |
| " | thoái lưỡng nan | caught in a dilemma | tiến vào | | to move forward and toward the |
| " | thủ | to advance, make progress | | | south, move in/into |
| " | triển | to progress | tiến sang | | to move over to |
| " | trình | progress | tiến qua | | to move forward across |
| " | vọt | to leap forward | tiến đến | | to move forward, advance to |
| | | | tiến tới | | to advance to / progress |

1 to receive (letter, visitor). 2 to add, relay.

| | | | | | | |
|---|---|---|---|---|---|---|
| tiếp | âm | to relay (radio program) | tiếp | tân | reception (party) |
| " | binh | to send reinforcements | " | tế | to supply (food, nutrition) |
| " | cận | to be adjoining, contiguous, adjacent | " | thần ngữ | infix |
| | | | " | theo | following; "continued" |
| " | cây | to graft | " | thu | to receive, take over |
| " | chiến | to meet in battle | " | thụ | to receive, accept |
| " | chuyện | to hold a conversation | " | tục | to continue, go on |
| " | cứu | to rescue, assist | " | tuyến | tangent |
| " | dẫn | to escort (guest), show the way | " | ứng | to bring reinforcements; half-back (in soccer game) |
| " | diễn | to go on, unfold | | | |
| " | diện | contact plane | " | vận | logistics |
| " | đãi | to receive, welcome | " | vĩ ngữ | suffix |
| " | đầu ngữ | prefix | " | viện | to reinforce, rescue (troops) |
| " | điểm | contact point | " | xúc | to contact (followed by với) |
| " | giáp | to be adjoining, contiguous | | | |
| " | giới | to be at the limit, be on the boundary | gián | tiếp | indirect(ly) |
| | | | giao | " | to have contact/relations |
| " | hợp | to be conjugated, joined | kế | " | to succeed; successive |
| " | khách | to receive visitors | liên | " | continuous(ly), continual(ly) |
| " | kiến | to receive (formally) | nghênh | " | to welcome, greet |
| " | liên | to be continuous | thừa | " | to receive, welcome |
| " | liền | immediately following | trực | " | direct(ly) |
| " | liệu | supplies | | | |
| " | máu | to transfer blood | | | |
| " | nạp | to admit (member) | | | |
| " | ngữ | affix | | | |
| " | nhận | to receive, admit | | | |
| " | nhiệm | to succeed (in office) | | | |
| " | nối | to join, connect | | | |
| " | quản | to take over (management) | | | |
| " | rước | to welcome, entertain | | | |
| " | sức | relay | | | |
| " | tay | to help, assist, lend a helping hand | | | |

I to digest (food). 2 to spend (money), consume (goods). 3 to drain (water). 4 to vanish.

| tiểu cực | to be negative, be passive, lack zeal, lack initiative | tiểu xài | to spend |
|---|---|---|---|
| " dao | to stroll, wander | ăn tiểu | to spend |
| " diệt | to destroy, exterminate, annihilate | cầu " | bathroom, latrine |
| | | chi " | to spend |
| " dùng | to spend | chuồng " | toilet |
| " dụng | see tiểu dùng | dễ " | easy to digest |
| " độc | to be antiseptic | đi " | to go to the bathroom |
| " hao | to be wasteful, to expend, use up | khó " | hard to digest |
| " hoá | to digest | | |
| " hôn | to annul a marriage | tiểu đi | to spend/expend |
| " hơi | carminative | " mất | to spend/expend (as much as) |
| " huỷ | to destroy, raze | | |
| " khiển | to amuse oneself, while away one's time | | |
| " ma | to be gone, melt away | | |
| " mòn | to be used up | | |
| " pha | to spend | | |
| " phí | to spend, waste | | |
| " sái | to be freed from worldly care | | |
| " sắc | (of lens) to be achromatic | | |
| " sầu | to dissipate sadness | | |
| " sơ | to be desolate | | |
| " tan | to melt away, disintegrate, be gone | | |
| " tán | to be gone, be scattered, be lost | | |
| " tao | to be sad | | |
| " thổ | scorched earth | | |
| " thụ | to consume/to sell | | |
| " thuỷ | to drain water | | |
| " trừ | to eliminate, abolish | | |
| " trường | outlet | | |
| " tuyệt | to nullify | | |
| " vong | to be lost | | |

1 to reach, attain (=đến); to come to, arrive at. 2 to arrive (tới nơi). 3 to happen, occur, take place. 4 to advance, move forward. 5 upon reaching; till, until. đi tới ngã tư to come to the intersection. đọc sách tới nửa đêm to read until midnight. 6 as much as. đạp tới 30 cây số to bicycle as much as 30 kilometers. 7 coming, next. tuần tới next week.

| | | |
|---|---|---|
| tới cùng | to the end | |
| " hạn | (point, heat) to be critical | |
| " lui | to advance and retreat; to frequent, visit | |
| " nơi | to arrive / fully, completely, thoroughly | |
| " số | to approach one's death | |
| " tai | (of information) to reach the ears of | |
| " tấp | to arrive in great numbers, occur repeatedly | |
| " việc | when something happens | |
| | | |
| bay tới | to fly forward/toward | |
| bò " | to crawl forward/toward | |
| bước " | to step forward/toward | |
| chạy " | to run forward | |
| đi " | to walk/go/come forward | |

| | | |
|---|---|---|
| biết tới | to know about/of | |
| động " | to touch, mention | |
| hỏi " | to ask about | |
| làm " | to work on | |
| lo " | to worry about, be concerned about | |
| nghĩ " | to think about/of | |
| nói " | to mention, speak about | |
| tiến " | to make progress toward | |
| tưởng " | to think about/of | |
| xông " | to rush forward | |

chạy tới chạy lui   to run back and forth

ngó tới ngó lui   to look forward and backward

Tới giờ chưa?   Is it time yet?

Chưa tới giờ ăn.   It's not time to eat yet.

cơm chín tới   rice that has just been cooked right

cao không tới, thấp không thông   neither fish nor fowl, neither here nor there

1 to examine, investigate, inspect. 2 to look up (word in dictionary), consult (dictionary).

tra của    to torture to get information on hidden wealth

" cứu    to examine, study, investigate

" hỏi    to question, interrogate, grill

" khám    to question and search

" khảo    to examine, investigate

" khảo    to torture (suspect) to get information

" miệng    to interrogate

" nã    to hunt for (criminal)

" sát    to search, investigate

" tấn    to torture (suspect) to get information

" tiễu    to patrol and search

" vấn    to investigate, question

" xét    to investigate, probe into; to search, frisk

tiễu tra    to investigate, question

hỏi    "    to question, investigate

khảo    "    to search, investigate

kiểm    "    to check, control, inspect

sưu    "    to investigate (before security clearance)

thanh    "    to inspect

xét    "    to investigate

Tôi tra từ/chữ này mà không thấy trong từ điển nào cả.    I tried to look up this word, but could not find it in any dictionary.

Anh tra số điện thoại xem.    Look it up in the telephone directory.

1 to give back, return, refund, pay back (favor, injury).  2 to pay.  3 to bargain, haggle, dicker.

| | | |
|---|---|---|
| trả bài | to recite one's lesson, turn in homework;  (of teacher) to return homework with comments |
| "  bữa | to recover one's appetite after illness |
| "  công | to pay wages |
| "  của | (of bride's family) to give back presents (to groom's family) in order to break marriage ties |
| "  đắt | to offer too high a price |
| "  đũa | to retaliate |
| "  giá | to bargain, haggle, dicker;  to pay a heavy price |
| "  góp | to pay in installments |
| "  hận | to revenge |
| "  lãi | to pay interest |
| "  lại | to return (money, merchandise) |
| "  lễ | to show gratitude by giving presents |
| "  lố | to overpay |
| "  lời | to pay interest |
| "  lời | to reply, answer, respond |
| "  miếng | to give tit for tat |
| "  nghĩa | to pay one's moral debt (to one's parents) |
| "  nợ | to pay off a debt |
| "  nủa | to retaliate |
| "  oán | to retaliate, return evil for evil |
| "  ơn | to return a favor;  to show gratitude |
| "  rẻ | (of buyer) to offer a low price |
| "  thù | to avenge |
| "  tiền | to pay |

trả trăng — to pay

trả lên trả xuống — to bargain/haggle for a long time

trả tới trả lui — to haggle, dicker

Ông bà trả tiền mặt, chứ không trả góp, thì tôi bán rẻ.   If you pay cash, and not in installments, then I'll lower the price.

Bà trả rẻ quá!  (to customer) Your price is too low.

1 to dispute.  2 to argue, compete.  3 to quarrel, contend, wrangle.

| | | |
|---|---|---|
| tranh biện | to debate, discuss, argue | |
| " cãi | to argue, discuss, debate | |
| " chấp | controversy, difference, dispute | |
| " công | to claim credit, fight for recognition | |
| " cử | to run for an election, run for office | |
| " cường | to compete for supremacy | |
| " đấu | to struggle | |
| " đoan | conflict | |
| " đoạt | to seize, usurp | |
| " đua | to compete, emulate | |
| " giành | to dispute | |
| " hùng | to fight for supremacy | |
| " khôn | to match wits | |
| " luận | to debate | |
| " phong | to fight, struggle | |
| " quyền | to fight for power | |
| " sống | struggle for life | |
| " thẩm | conflict about jurisdiction | |
| " thủ | to fight for (independence); to save (time) | |
| " thương | competition in business | |
| " tồn | struggle for survival | |
| " tụng | to sue | |

| | |
|---|---|
| cạnh tranh | to compete |
| chiến " | war |
| đấu " | to struggle |
| giao " | to fight |
| phân " | to be divided |
| tương " | to fight one another |

Đức và Ca-na-đa tranh giải vô-địch thế-giới.
Germany and Canada are competing for the
world championship.

Hai thằng tranh nhau miếng bánh.    The two boys
fought for a piece of cake.

1 to press down. 2 to block (the way). 3 to guard, defend / town, city.

| trấn an | to calm down, pacify | biên trấn | border guard |
|---|---|---|---|
| " áp | to repress, overwhelm | thị " | market town |
| " át | to prevent, hold back | tổng² " | governor |
| " ba đình | pavilion on a lake | trọng " | important town |
| " biên | to guard the border | | |
| " căn² | to bar, block, deter | | |
| " cứ | to hold and defend (military position) | | |
| " định | to calm, settle, appease | | |
| " đồng | to hold and defend (military position) | | |
| " kinh | to calm, calm down | | |
| " ngự | to guard, defend; to control | | |
| " nhậm | to govern (an area) | | |
| " nước | to dunk, drown | | |
| " phong | windscreen | | |
| " phục | to reduce to submission | | |
| " quốc | to defend the country | | |
| " tâm | to keep calm, control oneself | | |
| " thống | to be sedative | | |
| " thủ² | to guard, defend (town) / quilted jacket | | |
| " tĩnh | to keep calm, be composed | | |
| " trạch | to exorcise evil spirits by ritual and incantation (to protect one's home) | | |
| " yểm² | to exorcise evil spirits by means of buried amulets | | |

1  to cure, treat.  2  to govern.  3  to punish.

| | | |
|---|---|---|
| trị an | to pacify, administer, maintain order | |
| "  bệnh | to treat a patient | |
| "  bình | to rule in peace | |
| "  giá | to be worth (so much) | |
| "  liệu | to cure | |
| "  "  pháp | therapy | |
| "  ngoại pháp quyền | extra-territoriality | |
| "  quốc | to rule a country | |
| "  số | value | |
| "  sự | to manage | |
| "  thuỷ | to control floods;  flood control, dike-building | |
| "  tội | to punish | |
| "  vì | (of king) to reign, rule | |
| "  gia | to run one's family | |

| | | |
|---|---|---|
| bình trị | to pacify | |
| cai  " | to govern, rule | |
| chính  " | politics/political | |
| dân  " | government by the people | |
| điều  " | to cure, treat | |
| nghiêm  " | to punish severely | |
| quản  " | to administer | |
| thống  " | to rule | |
| tự  " | autonomous, self-governing | |
| trừng  " | to punish, chastise | |
| uỷ  " | mandate, trusteeship | |

1 to respect, honor. 2 (of ailment, crime) to be serious. 3 to be heavy.

| trọng | ầm | stress |
| " | bệnh | serious illness |
| " | cấm | to be strictly forbidden |
| " | dụng | to employ at an important function |
| " | dãi | to treat well |
| " | đại | to be important |
| " | địa | strategic position |
| " | điểm | important point, focal point |
| " | hậu | to be generous |
| " | hệ | to be important, vital |
| " | hình | severe punishment/sentence |
| " | học | mechanics |
| " | khinh | trochaic (meter) |
| " | khối | mass |
| " | kính | to respect, honor |
| " | lực | weight, gravity |
| " | lượng | weight; weightiness |
| " | nhậm | to assume an important function |
| " | nông | to be a physiocrat |
| " | phạm | serious crime |
| " | pháo | heavy artillery |
| " | suất | density |
| " | tải | tonnage (of vessel) |
| " | tâm | center of gravity; hub, center of importance |
| " | thần | important official |
| " | thể | to be solemn/formal |
| " | thính | to be hard of hearing |
| " | thương | to be mercantile |
| " | thương | to be seriously wounded |
| " | thưởng | to reward generously |
| " | tội | serious crime |
| " | trách | heavy responsibility |

| trọng | trấn | to defend an important position / strategic town/position |
| " | trường | field of gravity |
| " | vọng | to honor, respect |
| " | yếu | to be important, vital |

| bảo | trọng | to preserve well |
| cao | " | to be noble |
| cẩn | " | to preserve with great care |
| hệ | " | to be important, vital, crucial |
| kính | " | to respect, honor |
| long | " | to be solemn, formal |
| nghiêm | " | to be serious, grave |
| quan | " | to be important |
| quý | " | to respect, honor, esteem |
| sang | " | to be noble |
| tôn | " | to respect |
| trầm | " | (of condition, disease) to be grave, serious |
| trân | " | to show great respect |
| tự | " | self-respect |

bên khinh bên trọng   to treat with discrimination

trọng nam khinh nữ   to prefer boys to girls

1 to look, have the appearance of; to look at.  2 to look after, tend, take care of; to watch.  3 to hope, expect, wait for; to rely on.

| | | |
|---|---|---|
| trông | cậy | to rely on, depend on |
| " | chờ | to expect, await |
| " | chừng | to look, seem, appear; to look out, watch out |
| " | coi | to look after, watch over, guard |
| " | đợi | to expect, hope for |
| " | lại | to reexamine |
| " | lên | to look up (at "superior") |
| " | mong | to expect; to rely or depend on |
| " | ngóng | to expect, await |
| " | người | to look at other people |
| " | nhà | to housesit, watch over one's home |
| " | nhờ | to depend or rely on |
| " | nom | to look after, take care of; to supervise, oversee |
| " | ở | to believe in, depend on |
| " | ơn | to await a favor |
| " | sao | to watch the stars |
| " | thấy | to see / visibly |
| " | thợ | (of foreman) to watch over workers |
| " | trẻ | to babysit |
| " | vào | to believe in, rely on; to notice |
| " | với | to look toward (faraway place) |
| " | xuống | to look down (at "inferior") |

trông đứng trông ngồi  to await impatiently

trông vắn trông dài  to await anxiously

Cô ấy độ này trông đẹp ra.  She looks prettier these days.

Trông người lại ngẫm đến ta.  Looking at others we think about our own selves.

từng núi này trông núi nọ  to think that the grass is greener on the other side

trông như trông mẹ về chợ  to expect someone as anxiously as children waiting for their mother to return from the marketplace

1 to take shelter. 2 to dwell, live, stop, reside.

| trú ẩn | to take shelter | ẩn trú | to take shelter/refuge |
|---|---|---|---|
| " bình | to station, garrison | bán " | to be a half-boarder |
| " chân | to stop off at, stay temporarily | cư " | to live, dwell, reside |
| " chỉ | address | đồn " | to be stationed, station |
| " cư | to live, dwell | hầm " | shelter |
| " dân | resident | khách " | Chinese (resident) in Vietnam |
| " kiều | alien resident | lưu " | to stay, reside |
| " ngụ | to dwell, reside, live (temporarily) | ngoại " | day student |
| " nhân | refugee | nội " | boarder; dormitory, boarding house |
| " phòng | room, rooming house | tạm " | to stay temporarily |
| " phòng | to station, garrison | thường " | permanent residency |
| " quán | boarding house; domicile, residence | | |
| " quân | to station troops | hầm trú ẩn | air raid shelter |
| " sở | residence, domicile, address | trú nhân chính trị | political refugee |
| " sứ | resident minister, envoy | | |
| " tâm | in one's heart | | |
| " trì | resident monk (at pagoda) | | |
| " túc | to stay overnight | | |
| " viện | boarding house, dormitory | | |
| " xứ | to reside / resident | | |

1 to transmit (news, order). 2 to hand to, teach.

| | | | | | | |
|---|---|---|---|---|---|---|
| truyền | bá | to disseminate, spread | cổ | truyền | | traditional |
| " | báo | to announce | di | " | | hereditary |
| " | bảo | to teach, guide | gia | " | | family tradition |
| " | cảm | to communicate feelings | lưu | " | | to be transmitted |
| " | chủng | to reproduce | thất | " | | to be lost (because no longer |
| " | dẫn | to conduct (heat, electricity) | | | | taught) |
| " | đạo | to preach a religion | tục | " | | according to legend |
| " | đạt | to communicate, transmit | | | | |
| " | điện | to conduct electricity | truyền | đi | | to transmit/send/broadcast to |
| " | đơn | leaflet, handbill | truyền | lại | | to send (back) to |
| " | giáo | to preach/missionary | " | lên | | to send (up) to |
| " | giống | see truyền chủng | " | xuống | | to send (down) to, issue (order) |
| " | hình | television | " | ra | | to send (out) to, send up to |
| " | huyết | blood transfusion | " | vào | | to send (in) to, send down to |
| " | kế | to inherit | " | sang/qua | | to send over to |
| " | khẩu | to transmit orally | " | về | | to send back to |
| " | lệnh | to issue an order | " | đến/tới | | to send to |
| " | miệng | to transmit orally | | | | |
| " | nhiễm | to infect, be contagious | | | | |
| " | nhiệt | to conduct heat | | | | |
| " | phiếu | summons, subpoena | | | | |
| " | thanh | to broadcast | | | | |
| " | thần | to draw a life portrait | | | | |
| " | thông | to communicate (ideas) | | | | |
| " | thống | to be traditional/tradition | | | | |
| " | thụ | to teach | | | | |
| " | thuyết | legend | | | | |
| " | tin | communication | | | | |
| " | tụng | laudatory tradition | | | | |
| " | tử nhập tôn | to be hereditary | | | | |

1 to subtract, deduct.  2 to remove, eliminate.  3 except, save.

| | | |
|---|---|---|
| trừ bì | to leave out the box,—net weight; discounting the embellishments to the story | |
| " bị | reserve (officer) | |
| " bỏ | to eliminate | |
| " bữa | to eat in lieu of regular meal | |
| " căn | to uproot, wipe out | |
| " diệt | to eradicate | |
| " gian | to eliminate fraud | |
| " hại | to eliminate damage or danger | |
| " hao | to allow for breakage or loss | |
| " khử | to wipe out, exterminate | |
| " phi | unless | |
| " phục | to discard mourning clothes | |
| " quân | heir to the throne | |
| " tà | to ward off evil spirits | |
| " tịch | New Year's Eve (lunar calendar) | |
| " trùng | to be antiseptic | |

trừ đi 25 phần trăm    to deduct 25 percent; minus 25 percent

Tiền thuế thu-nhập đã khấu-trừ vào lương hàng tháng rồi.    Income tax has been withheld from your monthly pay/salary/check.

| | |
|---|---|
| cộng trừ nhân chia | addition, subtraction, multiplication, and division |
| tính trừ | subtraction |

| | |
|---|---|
| bù trừ | to compensate |
| diệt " | to eradicate |
| khai " | to expel |
| phế " | to abolish |
| tiểu " | to repress |

1  to select, recruit, choose.  2 to elect.

| tuyển binh | to recruit soldiers | dự    tuyển | preliminary screening |
|------------|---------------------|-------------|------------------------|
| "    bổ | to choose to fill a vacancy | sơ    " | primary election |
| "    chọn | to elect, select | tái    " | to reelect |
| "    cử | to elect/elections | thi    " | anthology of poetry |
| "    cử đoàn | electorate | trúng   " | to be selected, pass the exam |
| "    dụng | to select, recruit (civil servants) | văn    " | anthology of prose |
| "    định | to be chosen beforehand | | |
| "    khoa | optional course (in school), elective | | |
| "    lựa | to select | | |
| "    mộ | to recruit | | |
| "    nhiệm | to appoint | | |
| "    sinh | to recruit students | | |
| "    tập | anthology | | |
| "    thủ | player (selected for game) | | |
| "    trạch | to select | | |

l  self, oneself.  2  to originate / from (=từ).  tự trước đến giờ  up to now, thus far.  tự nhà đến ga  from the house to the station.

| | | | |
|---|---|---|---|
| tự ái | pride, self pride | tự hành | to be self-propelling |
| " ải | to hang oneself | " hào | to be proud |
| " ám thị | auto-suggestion | " hoại | self-destroyed |
| " biện | to defend oneself | " học | to be self-taught, study by |
| " cải | to correct oneself | | oneself |
| " cảm | self-induction | " hỏi | to wonder, ask oneself |
| " cao (tự đại) | to be conceited/arrogant | " huỷ | to destroy oneself |
| " cáo | to accuse oneself | " khai | to be dehiscent |
| " cấp (tự túc) | to provide for one's own needs / | " khắc | automatically |
| | self-supplying, self-sufficient | " khi | to delude oneself |
| " chế | to control oneself | " khí | to throw/destroy oneself |
| " chỉnh | to correct oneself | " khiêm | to humiliate oneself |
| " chủ | self-control / autonomous, inde- | " khoe | to brag, boast |
| | pendent, self-governing | " kiểm (thảo) | to criticize oneself |
| " chuẩn | compensating | " kiến | autoscopy |
| " chủng | auto-vaccination | " kiêu | to be proud, conceited |
| " chuyên | to act as one wishes | " kỷ | self-, auto- |
| " cung | See tự cấp | " kỷ ám thị | auto-suggestion |
| " cường | to become stronger through one's | " lập | to be self-made, independent |
| | own efforts | " liệu | to manage by oneself |
| " cứu | to save oneself | " lực | to be self-reliant |
| " do | to be free / freedom | " lượng | to estimate one's capabilities |
| " dưng | suddenly, without provocation | " mãn | to be contented with oneself |
| " dưỡng | to be self-sustaining | " mình | oneself |
| " đại | to be haughty | " ngã | self, ego |
| " đắc | to be haughty | " nghiệm | autoscopy |
| " động | to be automatic, spontaneous;  to | " nguyện | to volunteer |
| | act of one's own accord | " nhiễm | self-infection |
| " giác | to realize oneself;  to be self- | " nhiên | to be natural, feel free |
| | aware / honor system | " phản | to betray oneself |
| " giải | to liberate oneself | " phát | to be spontaneous |
| " hàm | to be intrinsic | " phê (bình) | self-criticism |

| | | | | |
|---|---|---|---|---|
| tự phong | to self-style | tự tử | to commit suicide |
| " phụ | to be pretentious | " vẫn | to commit suicide |
| " quản | to be self-managing | " vận | to commit suicide |
| " quyết | self-determination | " vệ | self-defense |
| " sát | to commit suicide | " xử | to judge oneself, punish oneself |
| " sắc | autochrome | " xưng | to call oneself |
| " sinh | to be spontaneous | " ý | to act voluntarily |
| " tại | to be content, satisfied | | |
| " tạo | locally made | Anh cứ tự nhiên. | Make yourself at home, |
| " tân | to improve oneself | | Help yourself. |
| " tận | to commit suicide | Tự nhiên nó đánh ông kia. | All of a sudden, |
| " thán | to complain about oneself | | without provocation he hit the other man. |
| " thân | to be egotistic | | |
| " thị | to be presumptuous | | |
| " thiết | autonomy | | |
| " thoại | to talk to oneself / soliloquy | | |
| " thú | to confess | | |
| " thuật | to narrate / autobiography | | |
| " ti | to have an inferiority complex | | |
| " tiện | to act inconsiderately, without asking for permission; arbitrary | | |
| " tiêu | self-digestion | | |
| " tin | self-confidence | | |
| " tín | self-confidence | | |
| " tỉnh | retrospection | | |
| " tôn | to have a superiority complex | | |
| " tồn | to self-preserve | | |
| " trang tự chế | self-supply and self-manufacture | | |
| " trầm | to drown oneself | | |
| " trị | to be self-governing/autonomous | | |
| " trọng | self-respect | | |
| " truyện | autobiography | | |
| " tu | to improve oneself | | |
| " túc | to be self-sufficient | | |
| " tuyệt | to kill oneself | | |

to be mutual / each other, one another.

| | | | | | |
|---|---|---|---|---|---|
| tương ái | to love each other | | tương phù | to be in concord |
| " biệt | to be separated | | " phùng | to meet |
| " bội | contrast | | " quan | relationship |
| " cách | to be separated | | " quân | to balance each other |
| " cảm | to understand each other | | " tàn | to destroy each other |
| " can | to be interrelated | | " tế | mutual help/assistance |
| " cầu | to seek each other | | " thân | mutual affection |
| " dẫn | mutual attraction | | " thích | to be compatible |
| " dị | to differ from each other | | " thuộc | to be interdependent |
| " đắc | to be in agreement, be compatible | | " tranh | conflict, struggle |
| " đẳng | to be similar/equipollent | | " tri | (of friends) to know and under- |
| " đố | to be antagonistic | | | stand each other |
| " đối | to be relative/corresponding to each other | | " trợ | to help each other / mutual aid/assistance |
| " đồng | to resemble each other | | " truyền | the legend goes that... |
| " dương | to be equivalent/correspondent | | " tư | (of lovers) to think of each other |
| " giao | to have friendly relations / intersection | | " tự | to be similar (to each other) |
| " hệ | relationship | | " tức | to progress together |
| " hỗ | to be mutual, reciprocal | | " ứng | to respond to each other / correspondent |
| " hợp | to be compatible | | " xứng | to match each other / symmetri- |
| " kế tựu kế | to use someone else's scheme to one's advantage | | | cal, correspondent |
| " kết | to be united | | | |
| " khắc | to be incompatible, be in conflict | | hỗ tương | mutual, reciprocal |
| " kiến | to see each other | | | |
| " kính | mutual respect | | chiến tranh huynh đệ tương tàn | fratricidal/ |
| " liên | to be related/connected | | internecine war | |
| " ngộ | to meet | | | |
| " nhập | to interpenetrate | | | |
| " phản | to be contrary, contradict each other | | | |
| " phối | to be in concord | | | |

UY

to entrust, appoint, send, depute, commission.

| uỷ ban | committee, commission | cao uỷ | high commissioner |
| " hội | commission | chính " | political officer |
| " nhiệm | to accredit | đảng " | party committee |
| " nhiệm thư | credentials | thành " | municipal party committee |
| " nhiệm trạng | credentials | tỉnh " | provincial party committee |
| " phải | to delegate | | |
| " phó | to entrust | Uỷ-ban Khoa-học xã-hội | the Social Sciences |
| " phủ | a commissioner's office; | Commission | |
| | commissariat | Cao-uỷ Liên-hợp-quốc | the United Nations High |
| " quyền | to give power of attorney, proxy | Commissioner | |
| " thác | to entrust | uỷ-ban thường-trực | standing committee |
| " trị | mandate, trusteeship | uỷ-ban thường-vụ | standing committee |
| " viên | commissioner; commissar; member | uỷ-viên chính-thức | regular member |
| " viên hội | committee, commission | uỷ-viên dự-khuyết | alternate member |
| " viên trưởng | general commissioner | | |

1 to enter, go/come in. 2 to go/come into. 3 to go south (from a point further north) từ Vinh vào Nha-trang to go down from Vinh to Nha-trang. 4 to enter, join. 5 to start (season, school year). 6 to record, enter (amount, item).

| | | |
|---|---|---|
| vào đề | to start dealing with the topic |
| " hùa | to side with |
| " khoảng | approximately |
| " làng | to register as a village citizen |
| " trong | to fall into trap |

đổ gạo vào bao    to pour rice into the bag

rót nước sôi vào phích    to pour boiling water into the thermos bottle

thọc tay vào túi    to stick one's hand(s) into one's pocket(s)

| | | |
|---|---|---|
| bay vào | to fly in |
| bò " | to crawl in |
| bơi " | to swim in |
| bước " | to step in |
| chạy " | to run in |
| đi (bộ) " | to go/walk in |

| | | |
|---|---|---|
| ăn vào | to eat |
| bám " | to cling to |
| can thiệp " | to interfere in |
| dựa " | to rely/lean on |
| điền " | to fill in |
| ghé " | to stop at |
| mặc " | to put on |
| tham dự " | to take part in |

| | | |
|---|---|---|
| đấm vào | to punch on |
| đập " | to beat/strike on |
| tát/vả " | to slap on |
| trêu " | to tease |

1 to return to, go back to (one's home, etc.). về nhà to go back home. về nước to return to one's country. 2 to converge toward (central point); to go (back) to the countryside. Các nhà văn về Hà-nội họp. Writers went/came to Hanoi for a meeting. 3 to go (back) to (the owner). Món tiền này về tay cô con gái. This sum of money goes to their daughter. 4 to die, pass away. Cụ tôi về từ năm ngoái. My father passed away last year. 5 toward; until. hướng về Tổ quốc to look toward one's fatherland. từ nay về sau from now on. 6 to move toward (a point in time). về chiều in the afternoon. về cuối năm toward the end of the year. 7 about, of, on. nói về sự trong sáng của tiếng Việt to speak on the purity and clarity of the Vietnamese language.

| | | | | |
|---|---|---|---|---|
| về già | to turn old / in one's old age | chở về | to haul back |
| " nước | to return to one's country, go home | đem " | to bring/take back |
| | | đi " | to go back (home) |
| " phần | as for, as to | gửi " | to send back |
| " phép | to be on leave | lui " | to retreat to |
| " phía | as for, as to | mang " | to bring/take back |
| " quê | to return to one's native village, return to the countryside; (slang) to die | ở " | to be located (at, to) |
| | | ra " | to leave (a place) |
| | | thuộc " | to belong to |
| " sau | later on | trở " | to go back to |
| " trời | to die | | |
| " trước | (time) ago | đi đi về về | to go back and forth |
| " vườn | to be out, retire | về phía chúng tôi | as for us |
| | | về phần tôi | as for me |
| bay về | to fly back to | Mãi về sau chúng tôi mới biết. We only found that out much later. | |
| bò " | to crawl back to | | |
| bơi " | to swim back to | 80 năm về trước 80 years ago | |
| bước " | to step back into | | |
| chạy " | to run back to | | |

1 to disburse (money, capital). 2 to send out. 3 to export.

| | | | | | | |
|---|---|---|---|---|---|---|
| xuất | bản | to publish | | xuất | nhập | to go in and out/in and out |
| " | biên | to export | | | | (correspondence, people, en- |
| " | binh | see xuất quân | | | | tries in books) |
| " | bôn | to flee, run away | | " | " cảng | import-export |
| " | cảng | to export/export | | " | " khẩu | import-export |
| " | cảnh | to leave a country | | " | phát | to start out, originate |
| " | chinh | to conduct a military expedition | | " | phẩm | product |
| " | chính | to enter politics, begin public | | " | quân | to move troops |
| | | career | | " | quỹ | to disburse |
| " | chúng | to be outstanding | | " | sắc | to be outstanding, remarkable, |
| " | du | to travel, go abroad | | | | notable |
| " | dụng | to disburse, spend | | " | siêu | to have a favorable balance |
| " | dương | to go abroad | | | | of trade |
| " | đầu lộ diện | to show up, appear in public | | " | thân | to have a background of ... |
| " | điển | to pawn | | " | thần | to be absorbed in deep thought |
| " | đình | to appear in court | | " | thế | to be born |
| " | gia | to leave one's home (to become | | " | trận | to go to war |
| | | a Buddhist monk or nun) | | " | trình | to show, produce (document |
| " | giá | (of girl) to get married | | | | evidence) |
| " | hãn | to perspire | | " | vốn | to invest |
| " | hành | to go out of the house (on New | | " | xứ | origin, source |
| | | Year's Day) | | " | xử | to go out (and enter public |
| " | hiểm | to escape danger | | | | service) or stay home (in |
| " | hiện | to appear | | | | retirement) |
| " | huyết | hemorrhage | | | | |
| " | khẩu | to export; to speak up, open | | diễn xuất | | to perform |
| | | one's mouth | | kiệt " | | to be outstanding |
| " | kỳ bất ý | in surprise | | sản " | | to produce |
| " | lệnh | to issue an order | | | | |
| " | lực | to exert oneself, strive to, | | | | |
| | | endeavor to | | | | |
| " | môn | (of woman) to get married | | | | |
| " | ngoại | to go abroad | | | | |
| " | ngũ | to leave the army | | | | |

1 to descend, go down.  2 to dismount, get off (horse, vehicle).  3 to board, get on (boat, ship).
4 to go down (to lower altitude, to seaside location).  5 to go down (to lower office in hierarchy).
6 to go south.  7 to go down in the air;  (of sun, moon) to set.  8 (temperature, water, tide, price)
to drop, go down.  9 to be demoted.  10 down, downward.

| | | | | | |
|---|---|---|---|---|---|
| xuống | âm phủ | to die, go to hell | buông | xuống | to drop down |
| " | cân | to lose weight | cúi | " | to bend down |
| " | chiếu | (of king) to issue an edict | đem | " | to bring down |
| " | dòng | to go to another line;  paragraph | giảng | " | to lower, pull down |
| " | dốc | to go downhill;  to decline, wane | hạ | " | to lower |
| " | đường | to demonstrate, take to the street | kéo | " | to pull down |
| " | giá | to drop in price | lặn | " | to dive down (below horizon/ |
| " | giọng | to go down in intonation | | | water level) |
| " | gối | to kneel down in prostration | lấy | " | to take down |
| " | lệnh | to give an order | nằm | " | to lie down |
| " | lõ | to die (of old age) | ném | " | to throw/toss down |
| " | mã | to decline in health | ngồi | " | to sit down |
| " | ngựa | to dismount | quỳ | " | to kneel down |
| " | nước | to lose one's influence | sẹp | " | to be deflated |
| " | phúc | to give blessing, grant a favor | thả | " | to drop down |
| " | tàu | to embark, go aboard (ship) | | | |
| " | thang | to deescalate | ngồi xuống đất | | to sit down on the floor |
| " | thuyền | to get on a small boat | nhảy xuống nước | | to jump into the water |
| " | tinh thần | to be discouraged/demoralized | bỏ xuống dưới | | to put down below |
| " | tóc | (Buddhist) to shave one's head | | | |

| | | |
|---|---|---|
| bay | xuống | to fly down |
| bò | " | to crawl down |
| bơi | " | to swim down |
| bước | " | to step down |
| chạy | " | to run down |

# BIBLIOGRAPHY

Bùi Đức Tịnh. 1952. Văn-phạm Việt-Nam [Vietnamese Grammar].

　　Saigon: Phạm Văn Tưởi.

Bửu Khải. 1972. A formalized syntax of Vietnamese. Georgetown

　　University Ph. D. dissertation.

Cadière, Léopold. 1958. Syntaxe de la langue vietnamienne.

　　Paris: Ecole Française d'Extrême-Orient. Publications de

　　l'EFEO, 42.

Dương Thanh Bình. 1971. A tagmemic comparison of the structure

　　of English and Vietnamese sentences. The Hague: Mouton.

　　Janua linguarum, Series practica, 110.

Đào Duy Anh. 1950. Giản-yếu Hán-Việt tự-điển [Concise Dictionary

　　of Sino-Vietnamese]. Paris: Minh-Tân.

Đào Đăng Vỹ. 1956. Việt-Pháp tân tự-điển [New Vietnamese-French

　　dictionary]. Saigon: Hồng-Phát.

Đào Văn Tập. 1951. Tự-điển Việt-Pháp [Vietnamese-French diction-

　　ary]. Saigon: Vĩnh-Bảo

Durand, Maurice. 1961. Les impressifs en vietnamien. Etude pré-

　　liminaire. Bulletin de la Société des Etudes Indochinoises,

　　N.S., 36.5-50.

Emeneau, Murray B. 1951. Studies in Vietnamese (Annamese) grammar.

　　Berkeley: University of California Press. University of

　　California Publications in Linguistics, 8.

-------- and Diether von den Steinen. 1945. Annamese-English

　　dictionary (dittoed). Berkeley, California.

Gage, William W. and H. Merrill Jackson. 1953. Verb constructions

　　in Vietnamese. Ithaca, N.Y.: Cornell University. Southeast

Asia Data Papers, 9.

Hồ Lê. 1976. Vấn-đề cấu-tạo từ của tiếng Việt hiện-đại [The pro-
blem of word creation in modern Vietnamese]. Hanoi: Khoa-học
xã-hội.

Hội Khai-trí Tiến-đức. 1931. Việt-Nam tự-điển [Vietnamese
dictionary]. Hanoi: Trung-Bắc Tân-văn.

Honey, Patrick J. 1956. Word classes in Vietnamese. Bulletin of
the School of Oriental and African Studies 18.534-544.

Jones, Robert B., Jr. and Huỳnh Sanh Thông. 1960. Introduction
to spoken Vietnamese. Revised ed. Washington, D. C.: American
Council of Learned Societies.

Lê Văn Đức and others. 1970. Việt-Nam tự-điển [Dictionary of
Vietnamese]. Two volumes. Saigon: Khai-Trí.

Lê Văn Hùng, Dr. and Mrs. 1955. Vietnamese-English dictionary.
Paris: Editions Europe-Asie.

Lê Văn Lý. 1960. Le parler vietnamien. 2nd ed. Saigon: Viện Khảo-cổ.

------. 1968. Sơ-thảo ngữ-pháp Việt-Nam [Sketch of Vietnamese
grammar]. Saigon: Trung-tâm Học-liệu.

Martini, François. 1952. De la morphématisation du verbe en
vietnamien. Bulletin de la Société de linguistique de Paris
48.1. 94-110.

Nguyễn Đăng Liêm. 1969. Vietnamese grammar: A combined tagmemic
and transformational approach. Canberra: The Australian
National University. Pacific Linguistics, Series C, 4.

------. 1974. A classification of verbs in Vietnamese and its
pedagogical implications, South-East Asian Linguistic Studies,
ed. by Nguyễn Đăng Liêm. Pp. 193-213. Canberra: The Australian
National University. Pacific Linguistics, Series C, 31.

212

Nguyễn Đình-Hoà. 1965. Khảo-hướng mới trong cú-pháp-học: Ngữ-pháp biến-tạo [A new approach in syntax: Transformational-generative grammar]. Paper delivered at the Linguistic Circle of Saigon meeting of March 2, 1965.

------. 1966a. Speak Vietnamese. Tokyo & Rutland, Vermont: Charles E. Tuttle.

------. 1966b. Read Vietnamese. Tokyo & Rutland, Vermont: Charles E. Tuttle.

------. 1966c. Vietnamese-English Dictionary. Tokyo & Rutland, Vermont: Charles E. Tuttle.

------. 1971a. Verb phrases in Vietnamese. Paper prepared for the 28th International Congress of Orientalists, Canberra, Australia.

------. 1971b. Vietnamese-English Student Dictionary. Carbondale: Southern Illinois University Press.

------. 1972a. Passivization in Vietnamese, Langues et techniques, nature et société, ed. by Jacqueline M. C. Thomas & Lucien Bernot, Vol. 1, pp. 179-187. Paris: Klincksieck.

------. 1972b. Vietnamese categories of result, direction and orientation, Studies in linguistics: essays in honor of George L. Trager, ed. by M. Estellie Smith, pp. 395-412. The Hague: Mouton.

------. 1974. Colloquial Vietnamese. Revised ed. Carbondale: Southern Illinois University Press.

------. 1976. Ditransitive verbs in Vietnamese, Austroasiatic Studies, ed. by Philip N. Jenner, Laurence C. Thompson, and Stanley Starosta, Part II, pp. 919-949. Honolulu: The University Press of Hawaii. Oceanic Linguistics Special Publication No. 13.

213

Nguyễn Kim Thản. 1963 & 1964. Nghiên-cứu về ngữ-pháp tiếng Việt
[Studies in Vietnamese grammar]. Hanoi: Khoa-học. Volumes 1 & 2.

------. 1975. Aperçu sur la grammaire vietnamienne, Essais lin-
guistiques, ed. by Nguyễn Khắc Viện, pp. 157-232. Hanoi:
Etudes Vietnamiennes. Etudes Vietnamiennes, 40.

------. 1977. Động-từ trong tiếng Việt [The verb in Vietnamese].
Hanoi: Khoa-học xã-hội.

Nguyễn Phú Phong. 1976. Le syntagme verbal en vietnamien. The
Hague & Paris: Mouton. Centre de Recherches Linguistiques sur
l'Asie Orientale, Etudes Linguistiques 5.

Nguyễn Quí Hùng. 1965. Văn-phạm Việt [Vietnamese grammar].
Saigon: Khai-trí.

Nguyễn Tài Cẩn. 1975. Ngữ-pháp tiếng Việt: tiếng, từ ghép,
đoản-ngữ [Vietnamese grammar: words, compounds and phrases].
Hanoi: Đại-học và Trung-học chuyên-nghiệp.

Nguyễn Văn Tu. 1976. Từ và vốn từ tiếng Việt hiện-đại [Lexemes
and lexicon in modern Vietnamese]. Hanoi: Đại-học và Trung-
học chuyên-nghiệp.

Shum, Shu-Ying. 1965. A transformational study of Vietnamese
syntax. Indiana University Ph. D. dissertation.

Thanh Nghị. 1952. Việt-Nam tân tự-điển [New dictionary of Viet-
namese]. Saigon: Thời-thế.

Thompson, Laurence C. 1965. A Vietnamese grammar. Seattle:
University of Washington.

Trần Trọng Kim, Phạm Duy Khiêm & Bùi Kỷ. 1943. Grammaire annamite
(texte français). 2nd ed. Hanoi: Lê Thăng.

Trương Văn Chình. 1970. Structure de la langue vietnamienne.
Paris: Paul Geuthner. Publications du Centre Universitaire
des Langues Orientales Vivantes, 6e série, tome X.

----- and Nguyễn Hiến Lê. 1963. Khảo-luận về ngữ-pháp Việt-Nam

[Essay on Vietnamese grammar]. Huế: Đại-học.

Trương Vĩnh Ký. 1883. <u>Grammaire de la langue annamite</u>. Saigon: Guilland et Martinon.

Uỷ-ban Khoa-học xã-hội Việt-nam. 1975. <u>Từ-điển tiếng Việt phổ-thông</u>. Tập I, A-C [General dictionary of Vietnamese. Volume 1, A-C]. Hanoi: Khoa-học xã-hội.

Văn Tân and others. 1977. <u>Từ-điển tiếng Việt</u> [Dictionary of Vietnamese]. 2nd ed. Hanoi: Khoa-học xã-hội.

Vương Gia Thuỵ. 1975. <u>Vietnamese in a nutshell</u>. Montclair, N.J.: Institute for Language Study.

# More selected BARRON'S titles:

**DICTIONARY OF ACCOUNTING TERMS**
*Joel Siegel and Jae Shim*
Approximately 2500 terms are defined for accountants, business managers, students, and small business persons.
Paperback, $8.95, Canada $12.95/ISBN 3766-9

**DICTIONARY OF ADVERTISING AND DIRECT MAIL TERMS**
*Jane Imber and Betsy-Ann Toffler*
Approximately 3000 terms are defined as reference for ad industry professionals, students, and consumers.
Paperback, $8.95, Canada $12.95/ISBN 3765-0

**DICTIONARY OF BUSINESS TERMS**
*Jack P. Friedman, general editor*
Over 6000 entries define a wide range of terms used throughout business, real estate, taxes, banking, investment, more.
Paperback, $8.95, Canada $12.95/ISBN 3775-8

**DICTIONARY OF COMPUTER TERMS**
*Douglas Downing and Michael Covington*
Over 600 key computer terms are clearly explained, and sample programs included. Paperback, $8.95, Canada $12.95/ISBN 2905-4

**DICTIONARY OF INSURANCE TERMS,** *by Harvey W. Rubin*
Approximately 2500 insurance terms are defined as they relate to property, casualty, life, health, and other types of insurance.
Paperback, $8.95, Canada $12.95/ISBN 3722-3, 448 pages

**BARRON'S BUSINESS REVIEW SERIES**
Self-instruction guides cover topics taught in a college-level business course, presenting essential concepts in an easy-to-follow format.
Each book paperback $9.95, Canada $13.95, approx. 228 pages
ACCOUNTING, *by Peter J. Eisen/*ISBN 3574-7
BUSINESS LAW, *by Hardwicke and Emerson/*ISBN 3495-3
BUSINESS STATISTICS, *by Downing and Clark/*ISBN 3576-3
ECONOMICS, *by Walter J. Wessels/*ISBN 3560-7
FINANCE, *by A. A. Groppelli and Ehsan Nikhbakht/*ISBN 3561-5
MANAGEMENT, *by Montana and Charnov/*ISBN 3559-3
MARKETING, *by Richard L. Sandhusen/*ISBN 3494-5
QUANTITATIVE METHODS, *by Downing and Clark.* $10.95, Canada $15.95/ISBN 3947-5

**BARRON'S TALKING BUSINESS SERIES:**
**BILINGUAL DICTIONARIES**
Five bilingual dictionaries translate about 3000 terms not found in most foreign phrasebooks. Includes words related to accounting, sales, banking, computers, export/import and finance.
Each book paperback, $6.95, Canada $9.95, approx. 256 pages
TALKING BUSINESS IN FRENCH, *by Beppie LeGal/*ISBN 3745-6
TALKING BUSINESS IN GERMAN, *by Henry Strutz/*ISBN 3747-2
TALKING BUSINESS IN ITALIAN, *by Frank Rakus/*ISBN 3754-5
TALKING BUSINESS IN JAPANESE, *by C. & N. Akiyama/*3848-7
TALKING BUSINESS IN KOREAN, *by Un Bok Cheong/*ISBN 3992-0
TALKING BUSINESS IN SPANISH, *by Fryer and Faria/*ISBN 3769-3

All prices are in U.S. and Canadian dollars and subject to change without notice. At your bookseller, or order direct adding 10% postage (minimum charge $1.50), N.Y. residents add sales tax.

Barron's Educational Series, Inc.
250 Wireless Boulevard, Hauppauge, NY 11788
Call toll-free: 1-800-645-3476, in NY 1-800-257-5729
In Canada: 195 Allstate Parkway, Markham, Ontario L3R4T8